Tựa

Thái-Thượng Cảm-Ứng-Thiên, là pho kinh sách chỉ dẫn chúng sinh bỏ ác hướng thiện, rời họa được phúc. Nội dung cũng như lời văn của Cảm-Ứng-Thiên đều rất dễ hiểu. Từ cổ chí kim, phàm hành trì theo lời chỉ dẫn trong kinh đều có cảm-ứng.

Trong thời đại văn-minh, phần đông người chỉ tin vào khoa-học, nên sống thiên về vật chất hơn là tinh-thần, thậm chí phủ nhận sự hiện hữu của tâm-linh, cho lời nói của Thánh-Hiền là cổ-hủ, lỗi thời, quan niệm về cang-thường luân-lý nhạt dần. Vì danh lợi mà quên đi nhân nghĩa, vì tham vọng cá nhân mà đi đến chỗ vị kỷ hại người....gia đình vì thế bất hòa, xã hội vì thế mà loạn.

Tôn-chỉ của ngũ giáo tuy khác nhau, nhưng lý thì chỉ có một. Mục đích của Thánh-nhân đều khuyên người cách bỏ vật dục, hành nhân nghĩa đạo-đức để đạt đến mức chí-thiện cố-hữu của bản tính do trời phú. Sách Đại-Học viết: Từ thiên-tử cho đến thứ dân, đều lấy tu thân làm gốc. Đó là Thiên-Đàng trong nhân gian, mọi người đều an cư lạc nghiệp.

Dịch giả tài học sơ-thiển, nhưng cảm thấy chấn hưng cổ phong trong lúc này là một điều thiết yếu, nên dù biết sức mình có hạn mà vẫn mạo-muội dịch cuốn Cảm-Ứng-Thiên này. Tuy đã gắng sức, nhưng phần nội dung cũng như lối hành văn, đều tránh không khỏi có chỗ sai sót, kính mong các bậc cao-minh vui lòng chỉ-chính và bổ-khuyết. Đồng thời cũng mong các bậc Mạnh-Thường-Quân phát tâm ấn tống, để cuốn sách này được phổ-biến khắp nơi, công-đức của các vị sẽ vô-lượng vậy.

Vô-Tri cư-sĩ cẩn chí
Mạnh-Thu năm Giáp-Tuất

Thái-Thượng Cảm-Ứng-Thiên

太上感應篇

Thái-Thượng viết: Họa phúc vô môn, duy nhân tự triệu, thiện ác chi báo, như ảnh tùy hình.

Thị dĩ Thiên-Địa hữu ti quá chi Thần, y nhân sở phạm khinh trọng, dĩ đoạt nhân toán. Toán tán tắc bần hao, đa phùng ưu hoạn, nhân giai ác chi, hình họa tùy chi, cát khánh tị chi, Ác-tinh tai chi, toán tận tắc tử.

Hựu hữu Tam-Thai Bắc-Đẩu Thần-Quân, tại nhân đầu thượng, lục nhân tội ác, đoạt kỳ kỷ toán.

Hựu hữu Tam-Thi Thần, tại nhân thân trung, mỗi đáo canh-thân nhật, triếp thượng nghệ Thiên-Tào, ngôn nhân tội quá, nguyệt-hối chi nhật, Táo-Thần diệc nhiên.

Phàm nhân hữu quá, đại tắc đoạt Kỷ, tiểu tắc đoạt Toán, kỳ quá đại tiểu, hữu số bách sự. Dục cầu trường sanh giả, tiên tu tị chi.

Thị đạo tắc tiến, phi đạo tắc thối, bất lý tà kính, bất phi ám thất, tích đức lũy công, từ tâm ư vật, trung hiếu hữu đễ, chánh kỷ hóa nhân, căng cô tuất quả, kính lão hoài ấu, côn trùng thảo mộc do bất khả thương.

Nghi mẫn nhân chi hung, lạc nhân chi thiện, tế nhân chi cấp, cứu nhân chi nguy, kiến nhân chi đắc như kỷ chi đắc, kiến nhân chi thất như kỷ chi thất, bất chương nhân đoản, bất huyễn kỷ trường, át ác dương thiện, thôi đa thủ thiểu, thụ nhục bất oán, thụ sủng nhược kinh, thí ân bất cầu báo, dữ nhân bất truy hối.

Sở vi thiện-nhân giai kính chi, Thiên-đạo hữu chi, phước lộc tùy chi, chúng tà viễn chi, Thần-Linh vệ chi, sở tố tất thành, Thần-Tiên khả kí. Dục cầu Thiên-Tiên giả, đương lập nhất thiên tam bách thiện, dục cầu Địa-Tiên giả, đương lập tam bách thiện.

Cẩu hoặc phi nghĩa nhi động, bội lý nhi hành, dĩ ác vi năng, nhẫn tác tàn hại, ám tặc lương thiện, ám vũ quân thân, mạn kỳ tiên sinh, bạn kỳ sở sự, cuống chư vô thức, báng chư đồng học, hư vu trá ngụy, công kiết tông thân, cương cường bất nhân, ngận lệ tự dụng, thị phi bất đáng, hướng bội quai nghi, ngược hạ thủ công, siểm thượng hy chỉ, thụ ân bất cảm, niệm oán bất hưu, khinh miệt Thiên dân, nhiễu loạn quốc chánh, thưởng cập phi nghĩa, hình cập vô cô, sát nhân thủ tài, khuynh nhân thủ vị. Chu hàng lục phục, biếm chánh bài hiền, lăng cô bức quả, khí pháp thủ lộ, dĩ khúc vi trực, dĩ trực vi khúc, nhập khinh vi trọng, kiến sát gia nộ, tri quá bất cải, tri thiện bất vi, tự tội dẫn tha, ủng tắc phương thuật, san báng Thánh Hiền, xâm lăng đạo-đức, xạ phi trục tẩu, phát trập kinh tê, điền huyệt phúc sào, thương thai phá noãn, nguyện nhân hữu thất, hủy nhân thành công, nguy nhân tự an, giảm nhân tự ích..., dĩ ác dịch hảo, dĩ tư phế công, thiết nhân chi năng, tế nhân chi thiện, hình nhân chi xú, kiết nhân chi tư, hao nhân hóa tài, ly nhân nhân cốt nhục, xâm nhân sở ái, trợ nhân vi phi, sính chí tác uy, nhục nhân cầu thắng, bại nhân miêu giá, phá nhân hôn nhân, cẩu phú nhi kiêu, cẩu miễn vô sỉ, nhận ân thôi quá, giá họa ác, cổ mãi hư dự, bao trữ hiểm tâm, tỏa nhân sở trường, hộ kỷ sở đoản, thừa uy bách hiếp, túng bạo sát thương, vô cố tiễn tài, phi lễ phanh tể, tán khí ngũ cốc, lao nhiễu chúng sinh, phá nhân chi gia thủ kỳ tài bảo, quyết thủy phóng hỏa dĩ hại dân cư, văn loạn quy mô dĩ bại nhân công, tổn nhân khí vật dĩ cùng nhân dụng, kiến tha vinh-quy nguyện tha lưu biếm, kiến tha phú-quý nguyện tha phá tán, kiến tha sắc mỹ khởi tâm tư chi, phụ tha hóa tài nguyện tha thân tử, can cầu bất toại tiện sanh chú hận, kiến tha thất tiện tiện thuyết tha quá, kiến tha thể tướng bất cụ nhi tiếu chi, kiến tha tài năng, khả xưng nhi ức chi, mai cổ yếm nhân, dụng dược sát thụ, khuể nộ sư-phó, để xúc phụ huynh, cường thủ cường cầu, háo xâm háo đoạt, lỗ lược trí phú, xảo trá cầu thiên, thưởng phạt bất bình, dật lạc quá tiết, hà ngược kỳ hạ, khủng hách ư tha, oán Thiên vưu nhân, ha phong mạ vũ, đấu hợp tranh tụng, vong trục bằng đảng, dụng thê thiếp ngữ, vi phụ-mẫu huấn, đắc tân vong cố, khẩu thị tâm phi, tham mạo ư tài, khi võng kỳ thượng, tạo tác ác ngữ, sàm hủy bình nhân, hủy nhân xưng trực, mạ Thần xưng chính, khí thuận hiệu nghịch, bội thân hướng sơ, chỉ Thiện-Địa dĩ chứng bỉ hoài, dẫn Thần-minh nhi giám hiệp sự, thí dữ hậu hối, giả tá bất hoàn, phân ngoại doanh cầu, lực thượng thí thiết, dâm dục quá độ, tâm độc mạo từ, uế thực uỷ nhân, tả-đạo hoặc chúng, đoản xích hiệp độ, khinh xưng tiểu thăng, dĩ ngụy tạp chân, thái thủ gian lợi, áp lương vi tiện, mạn mịch ngu nhân, tham lam vô yếm, chú trở cầu trực, thị tửu bội loạn, cốt nhục phẫn tranh, nam bất trung-lương, nữ bất nhu thuận, bất hòa kỳ thất, bất kính kỳ phu, mỗi háo căng khoa, thường hành đố-kỵ, vô hành ư thê tử, thất lễ ư cựu cô, khinh mạn tiên-linh, vi nghịch thượng mệnh, tác vi vô ích, hoài hiệp ngoại tâm, tự chú chú tha, thiên tăng thiên ái, việt tịnh việt táo, kiêu thực kiêu nhân, tổn tử đọa thai, hành đa ẩn tích, hối lạp ca vũ, sóc đán hiệu nộ, đối Bắc thế thóa cập nịch, đối Táo ngâm vịnh cập khốc.

Hựu dĩ Táo hỏa thiêu hương, uế sài tác thực, dạ khởi lõa lộ, bát-tiết hành hình, thóa lưu-tinh, chỉ hồng-nghê, triếp chỉ tam-quang, cửu thị nhật nguyệt, Xuân nguyệt liệu lạp, đối Bắc ác mạ, vô cố sát quy đả xà.

Như thử đẳng tội, Tư-Mệnh tùy kỳ khinh trọng, đoạt kỳ kỷ toán, toán tận tắc tử, tử hữu dư trái nãi ương cập tử tôn.

Hựu chư hoành thủ nhân tài giả, nãi kế kỳ thê tử gia khẩu dĩ đương chi, tiệm chí tử táng. Nhược bất tử táng, tắc hữu thủy hỏa đạo tặc, di vong khí vật, tật bệnh khẩu thiệt chư sự, dĩ đương vong thủ chi trực. Hựu uổng sát nhân giả, thị dịch đao binh nhi tương sát dã. Thủ phi nghĩa chi tài, thí như lâu-bô cứu cơ, chấm-tửu chỉ khát, phi bất tạm bão, tử diệt cập chi.

Phù tâm khởi ư thiện, thiện tuy vị vi, nhi Cát-thần dĩ tùy chi, hoặc tâm khởi ư ác, ác tuy vị vi, nhi Hung-thần dĩ tùy chi. Kỳ hữu tằng hành ác sự, hậu tử cải hối, chư ác mạc tác, chúng thiện phụng hành, cửu cửu tất hộ cát khánh, sở vi chuyển họa vi phúc dạ.

Cố cát-nhân ngữ thiện, thị thiện, hành thiện. Nhất nhật hữu tam thiện, tam niên Thiên tất giáng chi phúc. Hung-nhân thị ác, ngữ ác hành ác. Nhất nhật hữu tam ác tam niên Thiên tất giáng chi họa. Hồ bất miễn nhi hánh chi!

Thái-Thượng Cảm-Ứng-Thiên
【Hán Văn】
太上感應篇

太上曰：禍福無門，惟人自召，善惡之報如影隨形。是以天地有司過之神，依人所犯輕重，以奪人算。算減則貧耗，多逢憂患，人皆惡之，刑禍隨之，吉慶避之，惡星災之，算盡則死。

又有三台北斗神君，在人頭上，錄人罪惡，奪其紀算。又有三尸神，在人身中，每到庚申日，輒上詣天曹，言人罪過。月晦之日，灶神亦然。

凡人有過，大則奪紀，小則奪算，其過大小，有數百事。欲求長生者先須避之。是道則進，非道則退，不履邪徑，不欺暗室，積德累功，慈心於物，忠孝友悌，正己化人，矜孤恤寡，敬老懷幼，昆蟲草木，猶不可傷。

宜憫人之凶，樂人之善，濟人之急，救人之危，見人之得，如己之得，見人之失，如己之失，不彰人短，不炫己長，遏惡揚善，推多取少，受辱不怨，受寵若驚，施恩不求報，與人不追悔。

所謂善人，人皆敬之，天道佑之，福祿隨之，眾邪遠之，神靈衛之，所做必成，神仙可冀。欲求天仙者，當立一千三百善。欲求地仙者，當立三百善。

苟或非義而動，背禮而行，以惡為能，忍作殘害，陰賊良善，暗侮君親，慢其先生，叛其所事，誑諸無識，謗諸同學，虛誣詐偽，攻訐宗親，剛強不仁，狠戾自用，是非不當，向背乖宜，虐下取功，諂上希旨，受恩不感，念怨不休，輕蔑天民，擾亂國政，賞及非義，刑及無辜，殺人取財，傾人取位，誅降戮服，貶正排賢，凌孤逼寡，棄法受賂，以直為曲，以曲為直，入輕為重，見殺加怒，知過不改，知善不為，自罪引他，壅塞方術，訕謗聖賢，侵凌道德，射飛逐走，發蟄驚棲，填穴覆巢，傷胎破卵，願人有失，毀人成功，危人自安，減人自益，以惡易好，以私廢公，竊人之能，蔽人之善，形人之醜，訐人之私，耗人貨財，離人骨肉，侵人所愛，助人為非，逞志作威，辱人求勝，敗人苗稼，破人婚姻，苟富而驕，苟免無恥，認恩推過，嫁禍賣惡，沽買虛譽，包貯險心，挫人所長，護己所短，乘威迫脅，縱暴殺傷，無故剪裁，非禮烹宰，散棄五穀，勞擾眾生，破人之家，取其財寶，決水放火以害民居，紊亂規模以敗人功，損人器物以窮人用，見他榮貴見他色美,起心私之,負他貨財,願他身死,干求不遂,便生咒恨,見他失便,便說他過,見他體相不具而笑之,見他才能可稱而抑之。埋蠱厭人,用藥殺樹,恚怒師傅,抵觸父兄,強取強求,好侵好奪,虜掠致富,巧詐求遷,賞罰不平,逸樂過節,苛虐其下,恐嚇於他,怨天尤人,呵風罵雨,鬥合爭訟,妄逐朋黨,用妻妾語,違父母訓,得新忘故,口是心非,貪冒於財,欺罔其上,造作惡語,讒毀平人,毀人稱直,罵神稱正,棄順效逆,背親向疏,指天地以證鄙懷,引神明而鑒猥事,施與後悔,假借不還,分外營求,力上施設,淫慾過度,心毒貌慈,穢食餧人,左道惑眾,短尺狹度,輕秤小升,以偽雜真,採取奸利,壓良為賤,謾驀愚人,貪婪無厭,咒詛求直,咒嗜酒悖亂,骨肉忿爭,男不忠良,女不柔順,不和其室,不敬其夫,每好矜誇,常行妒忌,無行於妻子,失禮於舅姑,輕慢先靈,違逆上命,作為無益,懷挾外心,自咒咒他,偏憎偏愛,越井越灶,跳食跳人,損子墮胎,行多隱僻,晦臘歌舞,朔旦號怒,對北涕唾及溺,對灶吟詠而哭。

又以灶火燒香,穢柴作食,夜起裸露,八節行刑,唾流星,指虹霓,輒指三光,久視日月，春月燎獵，對北惡罵，無故殺龜打蛇。

如是等罪，司命隨其輕重，奪其紀算，算盡則死。死有餘債，乃殃及子孫。又諸橫取人財者，乃計其妻子家口以當之，漸致死喪。若不死喪，則有水火盜賊，遺亡器物，疾病口舌諸事，以當妄取之直。又枉殺人者，是易刀兵而相殺也。取非義之財者，譬如漏脯救饑，鴆酒止渴，非不暫飽，死亦及之。

夫心起於善，善雖未為，而吉神已隨之。或心起於惡，惡雖未為，而凶神已隨之。其有曾行惡事，後自改悔，諸惡莫作，眾善奉行，久久必獲吉慶。所謂轉禍為福也。

故吉人語善，視善，行善。一日有三善，三年天必降之福。凶人視惡，語惡行惡。一日有三惡，三年天必降之禍。胡不勉而行之！

Thái-Thượng Cảm-Ứng-Thiên
Chú Giải

❀ **Thái-Thượng viết:**

Họa phúc vô môn, duy nhân tự triệu, thiện ác chi báo, như ảnh tùy hình.

[Thích nghĩa]

Đức Thái-Thượng Lão-Quân Đạo-Đức Thiên-Tôn dạy rằng: Họa và phúc đều không có cửa mà là do lòng người tự gây. Làm ác thì gặp họa, làm lành thì được phúc, sự báo ứng như hình đi với bóng, không sai một mảy.

Chú: *Nhà điều có cửa. Cửa đóng hay mở là do ý của ta, mở cửa để đón khách vào, đóng cửa để không cho người lạ và trộm cắp vào. Nhưng họa và phúc thì không có cửa, mà do lòng người tự gây. Làm ác thì chuốc lấy họa, muốn tránh cũng không được. Hành thiện thì gặp phúc, dù không cầu nhưng phúc vẫn đến. Người xưa nói "Hành thiện như cây cỏ mọc trong vườn xuân, tuy không thấy cây cao, nhưng mỗi ngày điều có sự tăng trưởng. Hành ác như đá mài dao, dù không thấy đá mòn trong một lúc, nhưng càng mài càng giảm". Có người cho rằng nhiều kẻ làm ác mà vẫn giàu sang mà không bị báo ứng. Chẳng phải là không có báo ứng, chỉ vì thời cơ chưa đến, có biết đâu đức của tổ-tiên hay của chính người đó hãy còn, một khi phần dư đức hết rồi, báo ứng sẽ đến. Cũng lẽ này, người hành thiện mà không được phúc báo là còn mang nặng nghiệp của tổ-tiên hay của chính người đó, một khi nghiệp trước hết rồi thì phúc sẽ đến.*

📖 *Đời Tống có vị quan Vệ-Trọng-Đạt, một hôm bị bệnh nặng, trong lúc mơ màng, linh hồn bị quỷ vô-thường dắt đi gặp Diêm-Vương. Diêm-Vương sai Phán-quan lật sổ công quá của Vệ-Trọng-Đạt ra. Lúc đầu nhìn thấy phần lỗi quá nhiều, Diêm-Vương nộ rằng:*

- Tội ác của ngươi quá nhiều, tuổi thọ bị giảm là phải.

Nhưng khi xem tới phần công thì phán rằng:

- Nhà ngươi có thể hoàng dương, vì công nhiều hơn tội, số trong dương gian chưa mãn. Vệ-Trọng-Đạt ngạt nhiên hỏi:

- Tôi chưa từng làm chuyện ác nào, sao lại phạm nhiều lỗi đến thế?

Diêm-Vương đáp:

- Dù ác chưa làm, nhưng khi có ý niệm bất chánh thì quỷ Thần đều ghi lục tội ác và gửi đến đây.

Vệ-Trọng-Đạt lại hỏi:

- Tôi cũng từng chưa làm một việc thiện nào cả, làm sao lại có công lớn như vậy?

Diêm-Vương đáp:

- Ngươi đã từng lên sớ tâu cho nhà vua giảm thuế cho dân trong làng. Mặc dù không được vua chấp thuận nhưng quỷ Thần cũng đã ghi công và gửi tới đây.

Hình với bóng đi đôi với nhau, nhân quả báo ứng cũng thế.

❀ **Thị dĩ Thiên-địa hữu ti quá chi Thần, y nhân sở phạm khinh trọng, dĩ đoạt nhân toán.**

[Thích nghĩa]

Cho nên Trời đất có Thần chuyên giám sát về tội lỗi của loài người, tùy theo lỗi phạm thuộc nhẹ hay nặng mà giảm bớt tuổi thọ.

Chú: *1) Trên Trời có Thiên-Thần, dưới đất có Địa-Kỳ (Thần Ngũ-Nhạc, Thần Thành-Hoàng, Thần Thổ-Địa...). Người có công hay có lỗi, Thần giám sát điều ghi lục rõ ràng, do đó thưởng phạt phân minh. Đức Văn-Xương Đế-Quân viết: "Thì thầm nói chuyện riêng tư, Trời nghe như sấm sét nổ; Phòng tối làm chuyện mờ ám, mắt Thần nhìn như điện chớp". Người có thể dối người nhưng không thể dối Trời, biết việc ác là xấu mà không trừ, hiểu được việc thiện là tốt mà không làm thì không phải kẻ trí vậy.*

2) Sống 100 ngày là một **toán** *Trong ngũ-phúc, chữ thọ đứng đầu, nên Thần giám-sát lấy tuổi thọ làm hình phạt để răn người.*

📖 Tôn-Lượng là quan đô-lợi đất Hợp-Châu, một hôm bị quỷ-sứ bắt xuống âm phủ. Tôn-Lượng nói:

- Thầy tướng nói tôi sống đến năm 73 tuổi mới chết, nay mới có 62 tuổi, tôi hãy còn 11 năm mới đến hạn cơ mà.

Quỷ-sứ đáp:

- Số của ngươi đúng là phải sống đến 73 tuổi, nhưng lỗi của ngươi quá nhiều, nên bị giảm thọ. Người Mã-Thành tố tụng việc hôn-nhân, ngươi xét không công bằng làm cho cốt nhục người ly tan, tuổi thọ bị giảm ba năm. Có người Tôn-Hưu vô tội, ngươi muốn làm vừa lòng quan Thái-Thú mà xét có tội, tuổi thọ lại giảm đi ba năm. Thân-mẫu của ngươi khuyên gián ngươi chớ nên bắt lỗi người vô tội, ngươi chẳng những không nghe lời mà còn giận và xô thân-mẫu ngươi té ngửa, đó là một tội ngỗ-nghịch, nên tuổi thọ giảm đi năm năm. Hôm nay đúng là ngày ta đến bắt ngươi.

Không bao lâu, Tôn-Lượng bị bệnh mà chết.

☼ ☼ ☼

❀ **Toán tán tắc bần hao, đa phùng ưu hoạn.**

[Thích nghĩa]

Chẳng những giảm thọ, mà còn phải chịu cảnh bần-cùng, lại thường gặp ưu sầu hoạn nạn.

Chú: Bần là nghèo nàn, **hao** là tiêu hao, phá sản, ưu là sự lo âu buồn phiền sinh ở trong lòng, hoạn là nạn đến từ bên ngoài. Muốn tránh hoạn nạn thì phải sửa lỗi làm lành, chư ác nên tránh, việc thiện nên làm, giờ khắc đều phải phản tỉnh, đề phòng thân, khẩu, ý tạo nghiệp mà mang họa.

☼ ☼ ☼

❊ **Nhân giai ác chi, hình họa tùy chi, cát khánh tị chi, Ác-Tinh tai chi, toán tận tắc tử.**

[Thích nghĩa]

Thiên hạ đều oán ghét, Hình họa theo sau, Những đều tốt lành, may mắn đều tránh xa, Gặp sao hạn chiếu mà mang tai, Suốt đời lận đận long đong, cho đến khi tuổi thọ giảm cùng thì chết.

<u>Chú:</u> 1) Lòng người đều ghét người ác và thích người hiền, ngay cả những kẻ gian ác xảo trá, khi thấy người làm chuyện ác trong lòng cũng oán ghét. Vì công lý ở trong lòng người, đó là hai chữ lương tâm. Thầy Tử-Cống nói: *"Vua Trụ tuy có làm nhiều điều ác, nhưng cũng chưa đến nỗi cực ác như người sau đã nói, chỉ vì người đời ghét kẻ gian ác, nên đem mọi việc ác trong thiên hạ đều quy cho vua Trụ"*. Đủ thấy lòng người ghét ác đến bực nào, cho nên người quân-tử lo sợ phạm phải lỗi lầm, dù chỉ một lỗi nhỏ tầm thường.

2) Kinh Hoa-Nghiêm viết: Ngũ-trược chúng sanh ở cõi Diêm-Phù-Đề không tu thập-thiện, chuyên tạo sát đạo, tà dâm, vọng ngôn, ỷ ngữ, lưỡng thiệt, tham sân, tà kiến chư ác nghiệp, lại không hiếu thảo cha mẹ, không kính tam-bảo, sinh lòng phân tranh, hủy nhục lẫn nhau, mưu cầu phi pháp... vì những nhân duyên này mới có nạn đao binh, đói khát và chư bệnh tật. Đó là sự gây nghiệp, tự chuốc họa.

3) Ác-Tinh là sao chưởng về tai họa. Trên đầu người hành ác có hắc khí bao phủ nên gặp Ác-Tinh. Hắc khí ví như tần số của máy thu thanh (radio), Ác-Tinh ví như làn sóng của đài phát thanh. Khi tần số của máy thâu và máy phát hợp nhau thì máy thu thanh mới có tiếng. Tần số của người làm ác hợp với tần số của Ác-Tinh, nên gặp họa.

☼ ☼ ☼

❊ **Hựu hữu Tam-Thai Bắc-Đẩu Thần-Quân, tại nhân đầu thượng, lục nhân tội ác, đoạt kỳ kỷ toán.**

[Thích nghĩa]

Lại có Thần Tam-Thai Bắc-Đẩu Thần-Quân ở trên đầu người, ghi lục tội ác, và căn cứ vào tội phạm nặng hay nhẹ của người mà giảm đi Kỷ hay Toán.

Chú: 1) *Thần Tam-Thai:* *Thần Thượng-Thai ty mệnh (quản về tuổi thọ), Thần Trung-Thai ty phúc (quản về phúc), Thần Hạ-Thai ty lộc (quản về lộc).*

2) Một Kỷ là 12 năm, một Toán là 100 ngày.

☼ ☼ ☼

❀ Hựu hữu Tam-Thi Thần, tại nhân thân trung mỗi đáo canh thân nhật, triếp thượng nghê Thiên-Tào ngôn nhân tội quá, nguyệt-hối chi nhật, Táo-Thần diệc nhiên.

[Thích nghĩa]

Lại còn có Thần Tam-Thi, ở trong thân người, mỗi khi đến ngày Canh-Thân, đều lên Thiên-Tào đem tội ác của loài người đã phạm tâu lên Thiên-Tào. Đến ngày cuối tháng, Thần Táo-Quân cũng thế.

Chú: 1) *Thần Tam-Thi (cũng gọi là Thần Tam-Bành):*

1. Thượng Thi-Thần Thanh-Cô tên Bành-Cư, ở nơi đầu người, làm cho người hay suy nghĩ bâng khuâng, nên mắt mờ tóc rụng.

2. Trung-Thi-Thần Bạch-Cô tên Bành-Chất ở nơi ruột người, gây cho người háu ăn, mau quên và làm chuyện ác.

3. Hạ-Thi-Thần Huyết-Cô tên Bành-Kiều ở dưới chân người, làm cho người háo sắc và háo sát. Thần-Tam-Thi đều mong người làm việc xấu và chết sớm để khỏi giữ xác và hưởng vật cúng tế, nên mỗi khi đến ngày canh-thân (sáu mươi ngày có một ngày canh-thân), đều lên Thiên-Tào mà tâu việc xấu của người, mong người bị tội. Nếu người tu hành thanh tâm quả dục thì Thần Tam-Thi sẽ không có trạng để cáo. Thầy Trình-Tử có thơ:

Bất thủ Canh-thân cánh bất nghi,

Thử tâm thường dữ Đạo tương y,

Đế-Thiên dĩ tự tri hành chỉ,

Nhậm nhĩ Tam-Bành thuyết thị phi.

(Tuy biết là ngày Canh-thân nhưng không lo sợ, vì trong lòng luôn luôn hợp với đạo. Trời đã biết được lòng ta như thế, ta há lại sợ Tam-Bành tâu thị phi hay sao)

2) Ở Quan-Hoài có Chàng Hồ-Chương, một hôm say rượu, thấy nữ tỳ đang dọn dẹp trong phòng, Chương đem lòng đùa cợt, nữ tỳ biết là điều sỉ nhục nên cự tuyệt mà tìm đường thoát thân. Đêm hôm đó đương là cuối tháng giêng, vợ chồng Chương đang nằm ngủ. Đến canh tư, vợ Chương thấy một vị Thần mặt y phục màu đen, ngồi trên lưng ngựa với bộ mặt uy phong lẫm liệt, tay trái cầm một cuốn sổ, tay phải chỉ về chỗ vợ Chương, xong rồi cỡi ngựa bay ra ngoài. Vợ Chương hoảng sợ, bèn đánh thức Chương và đem chuyện thấy được thuật lại cho Chương hay. Chương biết đó Thần Táo- quân, mình nổi da gà, nhưng không dám cho vợ hay. Về sau Chương đem nữ tỳ gả cho người hàng xóm, mới nói với người vợ rằng: "Vị Thần em nằm mơ thấy chính là Táo-Quân, vì lúc say rượu anh có lòng phi lễ con nữ tỳ nhà mình, không ngờ tối hôm đó Thần Táo-Quân đến cảnh cáo. Cũng may cho anh, đêm hôm đó cô ta chạy thoát được, nếu không thì anh đã mang họa vào thân. Tuy chưa phạm đến danh tiết cô ta, nhưng anh không dám cho em hay là vì sợ em trách phạt cô ta, như thế tội anh lại càng nặng thêm. Nay hôn phối cho cô ta rồi, xem như đã làm được một việc thiện để chuộc lỗi cũ vậy".

● **Phàm nhân hữu quá, đại tắc đoạt kỷ, tiểu tắc đoạt Toán, kỷ quá đại tiểu, hữu số bách sự.**

[Thích nghĩa]

Phàm người, hễ có lỗi, nặng thì đoạt Kỷ, nhẹ thì đoạt Toán. Tùy theo lỗi phạm thuộc nặng hay nhẹ, tất cả có trên trăm điều.

Chú: *Tuy nói là kỷ toán do Trời đoạt, nhưng chính là do người tự gây, nếu không gieo mầm móng của tội lỗi thì đâu có tai họa mà gặt. Kinh nhân-quả chép: "trồng dưa được dưa, trồng đậu gặt đậu", nhân quả báo ứng, không sai một mảy.*

Cho nên người quân-tử giờ khắc đều phản tỉnh lấy mình để tránh sự sơ suất. Tuy là một sự sai lầm nhỏ, nhưng tích tiểu thành đại, sơ suất nhiều sẽ biến thành lỗi, nhiều lỗi tích lại sẽ thành tội, khi mang tội rồi thì tránh sao cho khỏi họa. Lửa của que diêm tuy nhỏ, nhưng có thể đốt cháy cả một khu rừng. Lỗi cũng thế, biết lỗi mà không sửa thì hậu hoạn sẽ không lường được vậy.

☼ ☼ ☼

❀ **Dục cầu trường sanh giả, tiên tu tị chi.**

[Thích nghĩa]

Muốn cầu được tuổi thọ sống lâu, trước tiên hãy tránh, không nên phạm phải lỗi lầm.

Chú: Từ "Phi nghĩa nhi động" đến "vô cố sát quy đả xà", tất cả là một trăm sáu mươi bảy (167) điều gây nên tội lỗi, Đức Thái-Thượng khuyên người nên tránh.

Kinh Phật viết: "Chư ác mạc tác, chúng thiện phụng hành", tức là làm lành tránh ác. Đó là phương pháp trường sanh mà mọi người đều có thể làm được.

📖 Ngày xưa Bạch-Cư-Dị hỏi Điểu-Sào thiền-sư: Làm sao tránh họa được phúc.

Thiền sư đáp:

- Chư ác mạc tác, chúng thiện phụng hành (Bỏ mọi việc ác mà làm những điều thiện).

Bạch-Cư-Dị cười:

- Câu này con nít lên ba cũng biết, cần gì thiền-sư phải nói.

Điểu-Sào Thiền sư đáp:

- Con nít tuy hiểu biết, nhưng ông già tám mươi vẫn không làm được.

Biết là một việc dễ, nhưng hành là một việc khó. Cũng chẳng phải vì hành khó, mà là vì người cho là dễ nên không đi thực hành mà thôi. Đó là cái bệnh thường tình mà loài người dễ mắc phải. Đọc sách Thánh Hiền và làm theo lời của Thánh Hiền, cũng là Thánh Hiền mà thôi.

Đọc kinh Phật và làm theo lời Phật đã dạy thì cũng là Phật vậy.

❀ **Thị đạo tắc tiến, Phi đạo tắc thối, Bất lý tà kính, Bất phi ám thất.**

[Thích nghĩa]

Phàm sự việc, nếu hợp với lẽ phải thì nên tiến mà đốc hành, trái lại nếu đi nghịch với đạo lý thì hãy lui mà tránh. Không chạy đường tà, không tự dối lòng, hành động quang minh lỗi lạc.

<u>Chú:</u> 1) **Thị** là đúng, phải. **Đạo** là Thiên-Lý, là lẽ phải. **Phi** là trái. Thị phi là hai con đường dẫn người đi đến thiện và ác. Đường chánh đưa đến thiện, đường tà đưa vào chỗ ác. Đường có chánh tà, nhưng do con người tự chọn, cho nên phải xét thị phi, biệt chánh tà mới biết được tiến thối. Thị thì tiến, phi thì thối. Tỉ như hợp với đạo ngũ-thường là Nhân Lễ Nghĩa Trí Tín thì nên theo, Sát Đạo Dâm Vọng Tửu thuộc tà nên phải tránh.

2) **Ám thất** nghĩa đen là phòng tối, nghĩa bóng chỉ chỗ kín, nơi mà mắt người không thấy được.

📖 *Dương-Chấn là một vị quan thanh liêm đời Hán. Năm ông lên đường đi nhậm chức thái-thú quận Đông-Lai, khi đi ngang qua đất Xương-Ấp, quan huyện ở đây là Vương-Mật, người đã từng được ông tiến cử đề bạt, đem vàng bạc đến làm lễ yết kiến ông. Nhưng ông không nhận và nói với Vương-Mật rằng:*

- Tôi biết tài của ông nên mới tiến cử ông ra làm việc giúp nước, đó là lòng công của tôi. Nay ông đem vàng đến cho tôi là lòng tư của ông, chẳng những ông bị mang tiếng là hối lộ cho tôi, tôi cũng bị tai tiếng là vì lòng tư mà tiến cử ông nữa.

Vương-Mật cố nài và thưa rằng:

- Đó là lễ đáp ơn của tiểu quan, hơn nữa nơi đây cũng không ai hay biết, mong ngài chớ nên khước từ.

Dương-Chấn đáp:

- Trên có trời biết, dưới có đất biết, giữa có ông và tôi biết, sao lại bảo là không ai biết?

Vương-Mật nghe xong, hổ thẹn muôn phần, bèn lủi thủi đi ra. Hành động của Vương-Chấn quang minh lỗi lạc, quả thật là một vị quan thanh-liêm vậy.

☼ ☼ ☼

❀ **Tích đức lũy công, Từ tâm ư vật, Trung hiếu hữu đệ, Chánh kỷ hóa nhân.**

[Thích nghĩa]

Nên hành việc thiện để tích đức lũy công, phải thương yêu loài vật, Trung thành với tổ-quốc, hiếu thảo với cha mẹ, hòa mục với anh em, tu thân sửa mình để cảm hóa người.

Chú: 1) **Tích** chỉ về sự góp nhặt từ ít đến nhiều, **lũy** là sự chồng chất từ thấp đến cao, **đức** là phần nội, là phần đức hạnh, tức là chánh-kỷ, **công** là phần ngoại tức là hóa-nhân. Công đức do sự tích lũy mà thành, chớ vì việc thiện nhỏ mà không làm, núi cao đều do cát đá chồng chất, tích tụ mà thành.

2) Vào đời Thanh, tại Thượng-Hải, phu nhân của một viên-ngoại họ Trương mắc phải một chứng bệnh nan y, danh y trong vùng đều phải bó tay. Sau cùng, viên-ngoại mời được một lương y từ Giang-Nam đến. Lương y bắt mạch xong, liền ra một toa thuốc, trong đó phải dùng đến 100 cái lưỡi của chim bồ câu.

Viên ngoại sai người ra chợ mua 100 con chim bồ câu về, đợi sáng hôm sau cắt lưỡi làm thuốc cho vợ mình. Trong đêm hôm đó, vợ của vị viên-ngoại nằm trên giường bệnh, nghe thấy tiếng chim bồ câu kêu, rất lấy làm lạ, bèn hỏi nguyên do. Viên ngoại đáp rằng:

- Trong toa thuốc của vị danh y cần phải dùng đến 100 cái lưỡi chim bồ câu, như thế bệnh của phu nhân mới khỏi được, nên mua chim về nhà để ngày mai làm thuốc cho phu nhân uống.

Trương phu-nhân nghe xong bèn chảy nước mắt và nói:

- Khi uống toa thuốc này, bệnh của thiếp có khỏi hay không cũng chưa được biết, nhưng sinh mệnh của 100 con bồ câu đều vì thiếp mà chết. Giá như thang thuốc này trị được bệnh của thiếp, thiếp cũng không nỡ, xin phu-quân hãy thả chim đi, để chim được tự do.

Trương viên-ngoại nghe lời của người vợ, sai người nhà mang chim ra thả. Và lạ thay, vài ngày sau, cơn bệnh của Trương phu-nhân không thuốc mà khỏi. Về sau sinh được hai người con trai.

3) Châu Văn-Vương là một chư hầu của nhà Thương, được phong ấp tại Kỳ-Sơn. Văn-Vương dùng lý để dạy người, dùng đức để cảm hóa dân. Kế Kỳ-Sơn là hai nước Ngu và Nhuế. Hai nước này thường tranh chấp về một miếng đất nhỏ ở vùng biên giới, hai bênh đánh nhau lâu năm mà vẫn không phân thắng bại, sau cùng vua Ngu và vua Nhuế đều đến Kỳ-Sơn nhờ Văn-Vương làm trọng tài để xét xử. Khi đặt chân vào đất Kỳ-Sơn thấy dân chúng nơi đây kẻ nhúng người nhường, giúp đỡ lẫn nhau trong việc canh tác, vua Ngu và vua Nhuế nhìn nhau, hai người đều cảm thấy hổ thẹn. Vua Ngu nói rằng:

- Hai ta là kẻ tiểu-nhân, không xứng đáng bước vào đất của người quân-tử, nông phu ở đây còn biết lễ nghĩa như vậy, hai ta là vua một nước chỉ vì một miếng đất nhỏ mà tranh chấp thấp hèn như thế, còn mặt mũi nào đi gặp Văn-Vương.

Vua Nhế cho lời nói của vua Ngu là đúng, sau cùng hai bên bèn đem mảnh đất tranh chấp lâu năm tặng cho Văn-Vương mà thôi việc đánh nhau. Vì bị đức của Văn-Vương cảm hóa, hai nước Ngu và Nhuế tránh được nạn đao binh và sống trong cảnh thanh bình. Đức của Văn-Vương lớn thay.

☼ ☼ ☼

❁ **Căng cô tuất quả, Kính lão hoài ấu, Côn trùng thảo mộc do bất khả thương.**

[Thích nghĩa]

Thương yêu cô-nhi, giúp đỡ quả-phụ, Kính trọng người già, yêu thương bậc trẻ, Ngay đến loài côn trùng và thảo mộc cũng không thể tổn thương đến.

Chú: **Cô** là người mất đi cha mẹ, **Quả** là người góa chồng, đều là những người đáng thương cần phải giúp đỡ. Người già tuổi cao, thạo đời hơn ta nên kính trọng. Tuổi nhỏ ấu trĩ, tầm hiểu biết còn non nớt, cần phải có lòng yêu thương dìu dắt. Côn trùng lớn như sâu bọ, nhỏ như kiến đều có sinh mệnh, không nên giết hại, cây cỏ cũng thế, nếu vô cớ đốt rừng phá cây, nhất là dùng thuốc giết hại cây cối lại là một tội.

Ngụy-Thù là một vị tướng tài ba của nước Tấn trong thời Chiến-Quốc, có một người thiếp là Tổ-Cơ rất trẻ và đẹp. Mỗi khi ra trận đánh giặt, Ngụy-Thù đều dặn người con trưởng là Ngụy-Khỏa rằng:

- Nếu ta ra trận không may mà chết, con nên cho Tổ-Cơ đi lấy chồng để cho nàng có chỗ nương tựa, chớ để nàng hầu của ta phải khổ sở, như thế dẫu ta ở nơi chín suối cũng được yên lòng.

Đến lúc Ngụy-Thù ốm nặng, biết mình sắp chết, lại dặn Ngụy-Khỏa rằng:

- Tổ-Cơ là người hầu thiếp yêu quý của ta, khi ta chết rồi, con phải chôn nàng ấy theo ta, để ta ở nơi suối vàng có người bầu bạn.

Khi Ngụy-Thụ chết, Ngụy-Khỏa không làm theo lời trăn trối của cha, vì cho rằng chôn một người sống theo người chết là một tội lỗi, làm người sống chết oan. Khi mai táng cho người cha xong, Ngụy-Khỏa gả nàng hầu thiếp của cha mình cho một nho sĩ. Người em là Ngụy-Kỳ hỏi tại sao không làm theo lời trăn trối của người cha? Ngụy-Khỏa đáp:

- Lúc cha còn khỏe, thường dặn là sau này phải lấy chồng cho Tổ-Cơ, đến khi bệnh nặng gần mất lại dặn phải đem nàng chôn theo, đó là lời dặn trong lúc mê sảng mà thôi. Người hiếu-tử nên nghe theo lời dặn trong lúc sáng suốt mà không nghe theo lời trăn trối trong lúc mê sảng.

Về sau Ngụy-Khỏa làm tướng nước Tần, đánh nhau với nước Tấn. Tấn có một vị tướng tài là Đỗ-Hồi, là một lực sĩ sức khỏe hơn người, nước Tần không một tướng nào địch nổi, Ngụy-Khỏa đánh nhiều trận đều bị thua. Một đêm, Ngụy-Khỏa đang ngồi trong trại suy nghĩ về mưu kế để giao chiến với Đỗ-Hồi, bỗng nghe có tiếng người ghé vào tai nói: "Thanh thảo bì".

Ngụy-Khỏa không hiểu ý nghĩa gì, bèn đem chuyện này nói với người em là Ngụy-kỳ. Ngụy-Kỳ nói:

- Cách đây độ mười dặm có một bãi cỏ, tên là Thanh-Thảo-Bì, hay là quân Tấn sau này sẽ phải thất bại tại nơi đây chăng? Như vậy để em đem một toán quân đến đó mai phục, và anh lấy kế để dụ quân Tấn đến, hai anh em ta hợp sức với nhau mà đánh với Đỗ-Hồi may ra có thể thắng được.

Ngụy-Khỏa dùng kế dụ Đỗ-Hồi đến Thanh-Thảo-Bì. Trong trận chiến, Ngụy-Khỏa đang ở trong thế lâm nguy, không dè thình lình thấy mỗi bước đi của Đỗ-Hồi đều bị ngã, quân Tấn thấy vậy vui mừng, reo ầm cả lên. Trong lúc này, Ngụy-Khỏa trông thấy một lão già mình mặc áo vải, đầu tóc bạc phơ, chân đi giầy đay, đang kết cỏ làm dây buộc vào chân của Đỗ-Hồi. Đỗ-Hồi vì thế bị té và bị Ngụy-Khỏa bắt được.

Đêm hôm ấy, Ngụy-Khỏa nằm mơ thấy ông già kết cỏ nơi Thanh-Thảo-Bì đến trước mặt vái chào và nói:

- Tướng-quân có biết vì cớ gì mà Đỗ-Hồi bị bắt hay không? Vì lão phu kết cỏ lại làm cho Đỗ-Hồi bị vướng chân mà té đấy.

Ngụy-Khỏa nói:

- Tôi chưa quen biết cụ bao giờ, sao cụ lại giúp tôi như thế, tôi biết phải lấy gì để đền đáp cụ?

Lão già đáp:

- Lão phu là thân-phụ của Tổ-Cơ. Tướng-quân biết theo lời dặn sáng suốt của thân-phụ mà gả chồng cho con gái của lão-phu. Vì cái ơn ấy nên lão-phu ra tay giúp tướng-quân. Sau này con cháu của tướng-quân còn được hiển vinh nữa.

Khi Ngụy-Khỏa tỉnh dậy, mới nghĩ đến chuyện cũ, và biết ông già đó chính là cha vợ của thân-phụ mình.

❀ **Nghi mẫn nhân chi hung, Lạc nhân chi thiện, Tế nhân chi cấp, Cứu nhân chi nguy.**

[Thích nghĩa]

Đối với người gặp chuyện không may, nên đồng tình thương xót, thấy người làm việc tốt phải tỏ lòng vui mừng, Nên giúp người trong lúc cấp bách, Cứu người trong lúc nguy nan.

Chú: **Hung** là việc cực xấu, **Thiện** là việc cực tốt, **cấp** là việc không thể trì hoãn được, **nguy** là việc có hại đến tính mệnh. Thấy người ta gặp nguy mà ra tay trợ giúp là chí-dũng; tế người trong lúc cấp bách là chí-nhân; mừng cho việc thiện của người chí-thiện; thương xót cho người gặp hung là lòng từ-bi của Bồ-Tát và phật. Chí-nhân, chí-dũng, chí-thiện là đức của Trời. Khi đức của người hợp với đức của Trời, tất nhiên được Trời giáng phúc, được thần hộ trì.

☼ ☼ ☼

❋ **Kiến nhân chi đắc như kỷ chi đắc, Kiến nhân chi thất như kỷ chi thất.**

[Thích nghĩa]

Thấy người đắc ý thành công, phải tỏ lòng vui mừng như chính mình đã làm. Thấy người gặp chuyện thất bại không may, nên tỏ lòng buồn như chính mình đã gặp phải.

Chú: **Đắc** là sở háo, là điều mừng mà mọi người đều muốn. **Thất** là sở kỵ, là một việc buồn mà mọi người đều không mong. Người thất, người kỵ mà ta lại lấy đó làm mừng, như thế là phản tính. Người có việc hỷ mà ta lại kỵ, như thế là phản lý. Phản tính tâm địa gian ác, phản lý tâm địa nham hiểm, cả hai đều bất nhân.

☼ ☼ ☼

❋ **Bất chương nhân đoản, Bất huyễn kỷ trường, Át ác dương thiện, Thôi đa thủ tiểu.**

[Thích nghĩa]

Không nên phong phanh, tuyên truyền khuyết điểm của người khác, Cũng không nên khoe khoang, phô trương tài năng và sở trường của mình, Che

dấu phần xấu mà biểu dương phần tốt của người, Nhận ít chia nhiều, phần tốt thì nhường cho người, phần xấu thì tự lấy.

Chú: Tự mình có khuyết điểm thường lo sợ bị người hay biết, người có chỗ sai lầm thì ta lại đi lật tẩy, như thế là bất minh. Người có sở đoản, đem sở trường của mình ra giúp, như thế mới là người có nghĩa. Tự mình có chỗ hay chưa phải là hay, mà phải khiêm-tốn, lấy cái hay của mình hợp với cái hay của thiên hạ, đó là cái hay của người quân-tử.

📖 *Quản-Trọng là một chính trị gia tài ba lỗi lạc, giúp Tề-Hoàn-Công xưng bá trong thời Xuân-Thu. Bão-Thúc-Nha là người bạn tri kỷ của Quản-Trọng, và cũng là người đã tiến cử Quản-Trọng cho Tề-Hoàn-Công. Khi Bão Thúc-Nha mất, Quản-Trọng thương khóc Bão Thúc-Nha như là mất cha mẹ. Quan Đại-Phu là Ninh-Thích hỏi Quản-Trọng:*

- Ông với Bão Thúc-Nha, không phải họ hàng thân thích gì, sao lại động lòng thương khóc như thế?

Quản-Trọng:

- Thời đi buôn chung với Thúc-Nha, khi chia lời lúc nào ta cũng lấy phần hơn, nhưng Thúc-Nha không cho là ta tham, biết ta gặp cảnh quẫn-bách bất đắc dĩ mới làm như thế. Khi ở chợ búa bị người dọa nạt, Thúc-Nha không cho ta là hèn, mà cho rằng ta là người có độ lượng. Khi bàn việc với Thúc-Nha bị hỏng, Thúc-Nha không cho ta là ngu, mà nói rằng người có lúc may có rủi, nên việc có thành cũng có bại. Ta ra làm quan ba lần đều bị thất bại, Thúc-Nha không chê ta là kẻ vô tài, mà nói rằng ta chưa gặp thời, chưa tìm được vua giỏi. Mỗi lần ra trận ta đều đứng ở phía sau, Thúc-Nha không cho rằng ta sợ chết hay bất tài, mà nói rằng ta còn mẹ già phải phụng-dưỡng. Ta nhẫn nhục thờ vua Hoàn-Công, Thúc-Nha không cho ta là vô sỉ, biết ta vì lợi ích của thiên hạ mà không giữ tiểu tiết. Sinh ra ta là cha mẹ, hiểu biết ta là Thúc-Nha. Đối với người hiểu biết mình, đem cả tính mệnh ra hiến còn chưa cho là quá, ta khóc thương như thế có thấm vào đâu?

Người sau khen tài của Quản-Trọng, cũng phải khen đức của Bão Thúc-Nha vậy.

❀ **Thục nhục bất oán, Thục sủng nhược kinh, Thí ân bất cầu báo, Dữ nhân bất truy hối.**

[Thích nghĩa]

Một khi chịu sự khinh khi hay nhục mạ của người, không sinh lòng oán hận, khi được cấp trên đoái hoài, sủng ái, phải tỏ lòng cung kính lo sợ, chớ nên kiêu hãnh tự hào, mà phải xét xem tài đức của mình có tương xứng hay không, Một khi có thí ân hay giúp đỡ người, cũng không mong người báo đáp, khi biếu tặng đồ vật cho người, không nên hối hận mà đòi trở lại.

Chú: *Người quân-tử vì đức-hạnh mà không vì địa-vị, vì thực chất chứ không vì hư danh, vì nghĩa mà không vì lợi. Nên xem việc vinh sủng như là một nỗi lo âu, là một gánh nặng, như người trèo cao té nặng, trong lòng lúc nào cũng dè dặt cẩn thận. Vì thế người quân-tử tuy ở địa vị cao mà vẫn xem như thấp hèn, nên ở thế cao mà không nguy hiểm. Một khi công thành danh toại thì lo nghĩ đến thối ẩn. Tri thối nên bất nguy, tri chỉ nên bất trụy, tri túc nên thường lạc. Đó là thuật xử thế cao-minh của bậc quân-tử.*

📖 *Đặng-Thông, làm quan dưới triều Hán, được Hán Văn-Đế sủng ái. Có một lần Đặng-Thông nhờ thầy tướng số xem tướng, thầy tướng nói rằng sau này Đặng-Thông sẽ bị chết đói. Hán Văn-Đế biết được chuyện này bèn nói với Đặng-Thông:*

- Trẫm đem cả núi đồng ở đất Thục ban cho khanh, và cho khanh được phép đúc tiền, như thế khanh sẽ giàu sang mãi mãi, làm sao có thể chết đói được.

Đặng-Thông từ đó trở nên cự phú, nhưng chỉ ỷ vào thế lực và sự che chở của vua mà không biết tu thân tích đức, khi Hán Văn-Đế chết, vua Cảnh-Đế lên ngôi, nhiều vị quan trong triều vì đố kỵ Đặng-Thông nên gièm tâu cùng vua Cảnh-Đế. Vua Cảnh-Đế vốn không thích Đặng-Thông nên nhân cơ hội này bèn tịch thu tài sản và truất hết quyền hành của Đặng-Thông. Đặng-Thông vì thế trở nên nghèo phải đi ăn xin. Về sau quả nhiên bị chết đói.

📖 *Đời Bắc Tống, quận Giang-Hạ có quán rượu Tân thị. Một hôm có một lão già ăn mặc lam-lũ đến hỏi chủ quán:*

- Có rượu tốt gì cho ta uống chăng?

Chủ tiệm bèn sai tửu bảo đem rượu hảo hạng ra cho lão già uống. Lão già ăn uống say sưa rồi bỏ đi, chẳng trả một đồng xu nào cả. Chủ tiệm không đem lòng trách oán và cũng không tỏ vẻ ân hận.

Nửa năm sau, lão già trở lại quán rượu của Tân thị. Nhưng lần này lão không uống rượu nữa, mà nói với Tân thị rằng:

- Lúc trước lão uống rượu của các-hạ, nhưng vì quá nghèo không có tiền trả, nay lão đến đây để đáp ơn cho các-hạ.

Nói xong bèn thò tay lấy cây bút lông ra, vẽ một con hạc trên bức tường. Vẽ xong, lão nói với Tân thị:

- Mỗi khi có khách đến, các-hạ chỉ cần vỗ tay thì con hạc trên bức tường này sẽ bay ra và tự múa hát.

Lão già nói xong bèn bỏ đi. Tận thị làm theo lời của lão già dặn, khi vỗ tay, con hạc lão già đã vẽ trên bức tường quả nhiên bay ra và múa hát. Khách ăn uống từ đó mỗi lúc một đông, không bao lâu Tân thị trở nên cự phú trong vùng.

Mười năm sau, lão già lại trở về quán rượu của Tân thị. Chủ quán gặp lại cố nhân, trong lòng vô tả, nói với lão già rằng:

- Vì ân-nhân mà ta mới có ngày hôm nay, mong ân-nhân hãy lưu lại đây cùng hưởng cảnh phú quý.

Lão già cười và đáp:

- Đời người chẳng qua là một kiếp phù-du, phú quý vinh hoa đối với ta cũng chỉ là một giấc mơ mà thôi.

Nói xong bèn lấy sáo ra thổi, con hạc từ bức tường bay xuống, đến trước mặt lão già, và lão cỡi hạc đi biệt tích. Để kỷ niệm lão già và con hạc, tại nơi chỗ hạc cất cánh, chủ tiệm xây nên một lầu, lấy tên là lầu Hoàng-Hạc. Nay ở thành Vũ-Xương, tỉnh Hà-Nam Trung-Hoa.

Lão già cỡi hạc đó chính là bát tiên Lữ Thuần-Dương tổ-sư.

☼ ☼ ☼

❋ Sở vi thiện-nhân, nhân giai kính chi, Thiên-đạo hữu chi, phước lộc tùy chi, chúng tà viễn chi, Thần-Linh vệ chi, sở tố tất thành, Thần-Tiên khả kí.

[Thích nghĩa]

Người hành thiện, sẽ được thiên-hạ tôn kính, Được Trời Phật phù hộ, Phước lộc không cầu mà tự đến Tà-Thần Ác-quỷ đều tránh xa, Lại được Thần-Linh hộ trì giúp đỡ, sự việc hễ làm tất thành, lại còn hy vọng trở thành Thần-Tiên nữa.

<u>Chú</u>: Đức Khổng-Tử nói: *"Thánh-nhân ta chưa được thấy, nhưng thấy người quân-tử cũng xem như được gặp Thánh-Nhân vậy. Ta chưa được thấy người thiện, nhưng gặp được người có hằng tâm làm việc thiện thì cũng như gặp được người thiện vậy"*. Một người được xưng là thiện-nhân thì hành động và việc làm đều hợp với ý Trời, cho nên quỷ Thần đều kính trọng. Sống là người hoàn thiện trên đời, khi chết sẽ là Thần-tiên nơi động phủ.

📖 Mạnh-Thường-Quân là một nhà nghĩa hiệp trong thời Chiến-Quốc, làm tể-tướng của nước Tề, được vua Tề phong ấp ở đất Tiết. Trong phủ ông luôn luôn nuôi trên 300 thực khách, tính ông lại rất rộng rãi, thường đem tiền cho người khác vay mượn. Vì thực khách mỗi ngày một đông, số tiền chi tiêu không đủ, nên một hôm ông sai một thực khách là Phùng-Hoan đi qua đất Tiết đòi nợ. Trước khi lên đường, Phùng-Hoan hỏi Mạnh-Thường-Quân:

- Khi thu được tiền nợ, Tướng-công có cần mua gì về chăng?

Mạnh-Thường-Quân đáp:

- Xem trong nhà thiếu gì thì mua.

Khi đến đất Tiết, Phùng-Hoan triệu tập dân đến tụ họp và nói:

- Hôm nay ta đến đây không phải là đòi nợ, mà là đến báo một tin mừng, chủ ta là Mạnh-Thường-Quân nói tiền nợ của quý vị phụ lão đã vay mượn đều khỏi trả, nên hôm nay sai ta đến đây để hủy bỏ tất cả những khế ước mà quý vị đã lập trong lúc vay mượn.

Phùng-Hoan nói xong, liền đem khế ước vay nợ của dân Tiết mang ra xé hết và đốt trước mặt mọi người. Khi đốt xong. Phùng-Hoan từ giã dân Tiết, trở về báo cùng Mạnh-Thường-Quân.

Thấy Phùng-Hoan về đến nhà, Mạnh-Thường-Quân hỏi:

- Thu nợ xong rồi có mua gì về chăng?

Phùng-Hoan đáp:

- Trước khi đi tôi đã xem xét kỹ lưỡng, thấy nhà của tướng-công ngọc ngà châu báu chứa đầy kho, người đẹp đầy nhà, chó ngựa cũng đầy chuồng, chẳng thiếu gì hết. Chỉ có chữ nghĩa là chưa đủ, nên hôm nay đi đòi nợ tôi đã dùng số tiền đó mua chữ nghĩa cho tướng-công rồi.

Mạnh-Thường-Quân nghe Phùng-Hoan nói xong, trong lòng biến sắc:

- Ta vì lo sợ trong nhà khách đông, bổng lộc không đủ chi tiêu mới sai tiên-sinh đi thu nợ, nay tiền không thu được lại đem giấy nợ mang đi đốt, sau nay chi tiêu không đủ thì thực khách sẽ bỏ ta mà đi hết, như thế gọi là mua nghĩa hay sao?

Phùng-Hoan đáp:

- Đất Tiết là đất thế phong của tướng-công, nhân dân đó sẽ là người cùng nhau sẻ ngọt chia bùi với tướng-công. Nay kẻ hèn này mạo muội đốt bỏ giấy nợ, mục đích là để dân đất ấp biết cái đức của tướng-công là trọng người khinh tài, như thế lòng nhân nghĩa của tướng-công sẽ được truyền đi khắp nơi, đó là giúp tướng-công thu phục nhân tâm vậy.

Mạnh-Thường-Quân nghe Phùng-Hoan nói thế, cũng không hỏi gì đến tiền nữa.

Về sau, Mạnh-Thường-Quân bị người gièm pha, bị vua Tề thu hồi ấn tướng và đuổi về ấp Tiết. Dân ấp Tiết nhớ ơn xưa, Trăm họ già trẻ đều dìu nhau đi nghênh tiếp Mạnh-Thường-Quân nhìn thấy cảnh này mới nói với Phùng-Hoan:

- Ý nghĩa mua nghĩa của tiên-sinh, đến bây giờ ta mới rõ.

Thí ơn cho người, người sẽ ghi lòng tạc dạ, cảm nghĩa đời đời.

📖 Lương Đài-San thường đọc sách tại một đình ở ven sông. Một hôm San nghe lũ quỷ nói chuyện với nhau:

- Ngày mai có một phụ nữ đến nhảy sông tự tử, ta sẽ được đi đầu thai.

Sáng hôm sau Đài-San quả nhiên thấy một thiếu phụ đầu tóc bối rối, vừa đi vừa khóc muốn nhảy xuống sông tự tử. Nhìn thấy cảnh tượng này, Đài-San nhớ tới lời con quỷ đã nói vào hôm qua, bèn lớn tiếng kêu người thiếu phụ.

Thiếu phụ nghe thấy tiếng người, sực tỉnh cơn mê mà dừng lại. Đài-San lên tiếng hỏi:

- Cô-nương gặp chuyện gì mà phải quyên sinh vậy?

Thiếu phụ đáp:

- Gia đình thiếp nghèo, chồng thiếp lại ham cờ bạc, thua nợ quá nhiều, bắt thiếp phải vào lầu-xanh tiếp khách lấy tiền trả nợ. Thiếp tuy quê mùa, nhưng được sự giáo huấn của song-thân, còn biết chút ít liêm sỉ, nên thà chết mà không muốn làm nhục thanh danh.

San nói:

- Cô-nương chớ nên quyên sinh, tôi có chút ít tiền bạc có thể giúp đỡ gia đình cô qua khỏi cơn hoạn nạn này.

Đài-San vừa nói xong thì thấy một thanh niên, thở hổn hển chạy đến kéo lấy tay của thiếu phụ.

San nói với người thanh niên:

- Ông vì cờ bạc mà tán gia bại sản, sau này nên chừa. Tiền bạc mất đi còn có thể kiếm được, người chết đi rồi thì không thể sống lại được nữa. Ông nợ người ta bao nhiêu tôi có thể giúp ông trả cho.

Hai vợ chồng cảm tạ Đài-San mà đi. Đêm đó Đài-San lại nghe một quỷ nói:

- Đáng lẽ ra ta được đi đầu thai rồi, nhưng bị chàng thư-sinh làm hỏng chuyện

Một quỷ khác giận nói:

- Sao không làm hại thằng đó đi?

Quỷ khác đáp:

- Không được đâu, Thượng-Đế đã tuyển người này làm Thượng-thư sau này, mình không thể hại nó được.

Về sau Đài-San thi đỗ được bổ làm chức ngự-sử và sau cùng lên chức Thượng-thư.

📖 *Bát-Tiên Tào Quốc-Cựu là em ruột của Tào Thái-Hậu đời Tống. Tuy là quốc-cựu (ông cậu của một nước trong triều, nhưng không vì quyền thế mà hiền uy với người. Tào Quốc-Cựu có một người em là Tào-Nhị, thường hay cậy thế hại người, lập bè đảng để chống người trung lương trong triều, lại đoạt gái chiếm vợ của dân chẳng bỏ đều ác nào mà không làm, trong triều nội ngoại đều oán giận nhưng không dám nói. Tào Quốc-Cựu hằng rầy Tào-Nhị, nhưng tính của Nhị không chừa, Tào Quốc-Cựu than rằng: Làm lành có phúc, làm ác mang họa, đó là luật Trời. Tổ-tiên nhà ta có đức nên kiếp này mới đặng giàu sang, nay em mình làm nhiều điều thất đức bất nhân, làm cho thiên hạ oán ghét, khi phúc đức nhà ta hết rồi thì họa sẽ đến và ta cũng tránh không khỏi bị lây. Ta phải tránh trước, nếu không sau này tất mang họa.*

Quốc-Cựu vì thế mà đem hết tài sản ra bố thí cho dân nghèo, và chu du thiên hạ để phỏng đạo. Về sau gặp Hán Chung-Ly và Lữ Thuần-Dương hai vị tổ-sư truyền thọ tâm pháp, tu chứng quả vị, là một vị Tiên trong Bát-Tiên mà dân gian thường truyền tụng.

☼ ☼ ☼

❊ **Dục cầu Thiên-Tiên giả, đương lập nhất thiên tam bách thiện, dục cầu Địa-Tiên giả, đương lập tam bách thiện.**

[Thích nghĩa]

Muốn cầu chức vị Thiên-Tiên, phải lập một nghìn ba trăm (1300) điều thiện, Muốn cầu chức vị Địa-Tiên thì phải lập ba trăm (300) điều thiện.

<u>Chú:</u> *1) Người tu hành có đạo đức, chứng quả thoát vòng luân-hồi là* **Thiên-Tiên**. *Địa-Tiên là người hành thiện cứu đời, chỉ có phần đức nhưng không đắc Đạo, sau khi chết được Đức Ngọc-Đế phong làm Thần của một vùng, hưởng hương quả của người cúng bái vài ba trăm năm.*

Thần Tiên đều do người tu hành thành, trung hiếu tiết nghĩa là bậc thang đưa người đến cõi Tiên, thiện hành là cầu đưa người rời bể khổ về thế giới Cực-Lạc.

Khi chưa thành Đạo, Thần Tiên cũng là người, chỉ khác nhau ở chỗ là biết lập chí và hành thiện tích đức mà thôi.

📖 Tùng-Lang có ngư-phủ Lý-Chánh, người chính-trực, đạm bạc danh lợi, sống bằng nghề đánh cá qua ngày. Mỗi khi đánh được cá, thường hay mua rượu về tự nhắp. Một hôm đang đánh chén một mình, bỗng nhiên có một người xuất hiện đứng trước cửa. Lý-Chánh lên tiếng:

- Các-hạ ai vậy?

Người kia đáp:

- Ta không phải là người mà là quỷ, chết ở dưới sông này đã được năm năm, nay thấy ông uống rượu thiếu bạn nên muốn đến làm quen và cầu xin một chén.

Lý-Chánh đáp:

- Nếu có hứng thú thì mời các-hạ ngồi chung cùng nhắp, làm bạn với rượu, người hay quỷ đều như nhau cả.

Quỷ nhận lời mời của Lý-Chánh, người và quỷ ngồi trên bàn rượu chè tạc với nhau. Khi rượu hết, quỷ bèn từ giã. Về sau quỷ thường đến uống rượu với Lý-Chánh mối tình nhân quỷ đã trở thành đôi bạn tri giao.

Một hôm quỷ đến gặp Lý-Chánh:

- Ngày mai sẽ có người chết giữa sông, đệ sẽ được đi đầu thai, nay đến từ giã huynh, cầu chúc sức khỏe của huynh được dồi dào, bình an.

Vài ngày sau, Lý-Chánh lại thấy người bạn quỷ đến thăm với bộ mặt buồn bã. Lý-Chánh hỏi

- Mấy ngày trước huynh đã nói là đi đầu thai cơ mà, sao hôm nay vẫn còn ở đây?

Quỷ đáp:

- Đúng ra hôm đó có người lái đò bị chết chìm, nhưng người đó mồ côi từ nhỏ, lại phải nuôi thêm một người em dại, thấy mà tội nghiệp, nên lòng đệ không nỡ thấy người chết để mình đi đầu thai. Cho nên hôm nay đến gặp huynh uống rượu giải sầu.

Một tháng sau, người bạn quỷ lại đến từ giã Lý-Chánh:

- *Ngày mai có một thanh niên đến bơi lội và sẽ chết tại đây, đệ sẽ được đi đầu thai, nay đến từ giã huynh.*

Lý-Chánh:

- *Đệ chúc mừng cho huynh vậy.*

Qua vài ngày, trong lúc đang uống rượu, Lý-Chánh lại thấy người bạn quỷ xuất hiện, Lý-Chánh hỏi:

- *Huynh vẫn chưa được đầu thai hay sao?*

Quỷ đáp:

- *Số của người đó đúng ra bị chết chìm vào hôm đó, nhưng đệ thấy người đó hãy còn mẹ già phải nuôi, nghĩ đến mà thương hại nên đệ cứu người thanh niên đó.*

Lý-Chánh:

- *Huynh là người có lòng nhân-từ, có ngày sẽ được phúc báo. Huynh không đi đầu thai nhưng đến đây tạc chén cùng đệ cũng vui.*

Quỷ nói:

- *Ngày mai có một thiếu phụ đến nhảy sông tự tử, đệ sẽ được đi đầu thai, nên đến báo cho huynh hay.*

Lý-Chánh:

- *Đệ cũng mừng cho huynh, mong huynh được đi đầu thai vào gia đình phú quý.*

Qua vài ngày, Lý-Chánh lại thấy người bạn quỷ đến nên ngạc nhiên hỏi:

- *Uả, huynh vẫn chưa được đầu thai à?*

Quỷ đáp:

- *Thiếu phụ nhảy sông là người có chửa, đệ là nam nhi chết còn khổ như vậy, nếu là đàn bà phụ nữ thì lại càng khổ thêm, đệ lại nghĩ đến một mạng mà chết đến hai người, lòng lại càng không nỡ, nên đệ bỏ ý định đi đầu thai, làm một người bạn quỷ vĩnh viễn cùng huynh.*

Lý-Chánh:

- Nếu huynh không chê đệ nghèo, bỏ chuyện đời ra ngoài, có rượu thì mình nhấp chung, thì làm người hay làm quỷ cũng không có gì khác biệt cả, huynh nghĩ có đúng không?

Đôi bạn quỷ từ đó lại càng thắm thiết hơn. Một hôm Lý-Chánh thấy người bạn quỷ mặc áo cẩm bào đến thăm mình, nên ngạc nhiên hỏi:

- Huynh làm gì mà hôm nay ăn mặc sang trọng đến thế?

Người bạn quỷ đáp:

- Hôm nay đệ đến đây để báo tin mừng và cũng để từ giã huynh. Mừng không phải đệ được đi đầu thai làm kiếp người, mà là Thần của sông này. Đức Ngọc-Đế xét đệ có lòng nhân-từ, chẳng những không nỡ hại người mà còn có lòng cứu người, vì lòng trắc-ẩn này nên đệ được Đức Ngọc-Đế phong làm Thần.

❦ **Cẩu hoặc phi nghĩa nhi động, Bội lý nhi hành, Dĩ ác vi năng, Nhẫn tác tàn hại, Ám tặc lương thiện.**

[Thích nghĩa]

Nếu như suy tính đến chuyện phi nghĩa, Làm chuyện trái với đạo-lý, Làm việc ác mà không biết hối cải lại cho đó là tài năng của mình, Nhẫn tâm tàn sát sanh linh, Mưu toan ám hại người hiền.

<u>**Chú:**</u> 1) Sự việc kết hợp với chữ nghĩa thì bất cẩu, việc làm hợp với lý thì tránh được họa. Cho nên người quân-tử khi động thì xét đến nghĩa, hành thì xét đến lý. Nếu động mà phi nghĩa thì sẽ bội lý, và lỗi từ đó mà ra, tội từ đó mà nên.

2) Đức của Trời là háo sanh và ác tử, lòng người cũng thế. Có người nào không ham sống và sợ chết đâu? Vật với ta cùng một thể, cũng biết vui mừng, giận hờn, yêu ghét, cũng biết đau đớn và ham sống sợ chết như ta. Lẽ nào nhẫn tâm tàn sát đồng loại hay sao?

📖 Đời Tống có người Chu-Bái, thích nuôi bồ câu. Một hôm con mèo trong nhà cắn chết con chim của Bái, Bái giận, lấy dao chặt đứt bốn cẳng của con mèo,

mèo kêu la thảm thiết, vài ngày sau mới chết. Về sau vợ của Chu-Bái sinh hạ một người con trai, ngũ-quan đầy đủ nhưng không có chân tay. Người đương thời cho rằng đứa con tàn tật của Chu-Bái là con mèo đầu thai để trả thù.

3) **Ám** là âm thầm, **tặc** là làm hại. Hiếu, đễ, trung, tín, lễ, nghĩa, liêm, sỉ là bát đức, là tính thuần lương chí-thiện của mọi người, bẩm phú từ Trời, nên Trời hỉ. Ám tặc lòng thiện là đi nghịch với Thiên-Lý, người với Trời đều oán, tránh sao cho khỏi họa.

☼ ☼ ☼

● **Ám vũ quân thân, Mạn kỳ tiên sinh.**

[Thích nghĩa]

Khi giấu cấp trên và phụ-mẫu, Ngạo mạn, không tôn kính bậc thầy.

<u>Chú</u>: **Vu** là khinh khi, **Quân** chỉ người lãnh đạo trong nước, **Thân** chỉ cha mẹ trong nhà, **Mạn** là bất kính, **Tiên-sinh** là thầy học. Ám vũ quân thân mà không trọng, xem thường thầy học mà không kính đều là tội ngỗ nghịch.

📖 Làng Tân-An có người họ Uông, tư chất thông minh, năm lên tám tuổi đã biết làm thơ văn, một khi đọc được sách nào đều không bao giờ quên. Nhưng tính tình ngạo mạn, xem trời bằng vung, thường hay chế nhạo thầy học trước mặt quần chúng. Một hôm ngáp miệng buồn ngủ, trong miệng nhảy ra một vật hình thù như người, chỉ mặt Uông trách rằng: "Ngươi đúng ra là trạng-nguyên, nhưng vì khinh mạn thầy học, đắc tội với Trời nên trong sổ đã bị xóa tên. Và ta cũng không còn theo hầu nhà ngươi nữa". Nói xong bèn biến mất. Hôm sau, Uông mở sách ra đọc, không biết đến một chữ, và bần cùng lận đận suốt đời.

☼ ☼ ☼

● **Bạn kỳ sở sự, Cuống chư vô thức, Báng chư đồng học.**

[Thích nghĩa]

Không trung thành với chức vụ và việc làm của mình, Lừa dối, gạt gẫm kẻ vô thức, Hủy báng bạn học để cầu lợi cho mình.

Chú: 1) **Bạn** là phản-bội, phản-nghịch. **Sự** nếu hiểu theo nghĩa hẹp, là bề dưới sự bề trên, như đầy tớ sự chủ, bầy tôi thờ vua. Hiểu theo nghĩa rộng chỉ về cương vị của một người đối với việc làm, như công nhân trong một công xưởng, viên chức trong một công ty, công-chức trong một cơ quan... Bất cứ ở trong một địa vị nào, ta đều phải bận tâm, một lòng, để làm tròn bổn phận và trách nhiệm của mình. Như đầy tớ sự chủ cũng như bầy tôi thờ vua đều phải trung. Nếu đi ngược lại thì là hai lòng, đó là bất trung bất nghĩa, là sự phản bội. *(Nếu gặp chủ vô đạo hay bất nhân, bất đắc dĩ phải rời bỏ, là trường hợp* ***"phi đạo tắc thối"*** *mà không ở trong phạm vi bội-nghịch).*

2) **Thức** là trí-thức, **Vô-thức** chỉ hạn người tầm thường, kiến thức không cao. **Cuống** là sự lừa dối, không thực. Gặp người kiến thức không bằng mình, lấy tài trí của mình để giúp phần bất túc của người là một việc tốt. Nếu lợi dụng lòng ngây ngô của người mà lấy chuyện bất thực để gạt gẫm thì là một điều ác vậy.

Đồng học là người cùng học chung một thầy. Bạn học phải đối xử với nhau như anh em. Đã là bạn học thì phải giúp đỡ lẫn nhau, có phúc cùng hưởng, gặp hoạn-nạn cùng chịu, như thế mới là tình đồng môn. Tình bạn như Bão Thúc-Nha đối với Quản-Trọng thì được tiếng thơm muôn thuở, còn như Bàng-Quyên đối với Tôn-Tẫn thì mang tiếng xấu đời đời.

☼ ☼ ☼

❀ **Hư vu trá ngụy, Công kiết tông thân, Cương cường bất nhân, Ngận lệ tự dụng.**

[Thích nghĩa]

Dùng chuyện không thực tế để vu oan và dùng thủ đoạn xảo trá để lừa người, Bới móc chuyện tư để công kích người đồng tộc, Tính tình bướng bỉnh, không lòng nhân-từ, Táo bạo chuyên quyền, không nghe lời khuyên bảo của người khác.

Chú: 1) **Hư** chỉ sự việc vô căn cứ, **Vu** là bịa chuyện không thực, **Trá** là quỷ quyệt, **Ngụy** là giả tạo, đều là lòng bất chánh hại người, không nên có.

2) **Tông thân** là người đồng tộc. Người trong một tộc như cành cây chung một thân, cùng một rễ. Thân nhờ rễ mới sống, thân có nhánh bông mới thịnh và trái mới nhiều. Rễ, thân, cành tạo nên cây, thiếu đi một thì cây không thể kết trái. Người cùng tộc cũng thế, hỗ tương hỗ trợ mới làm rạng được cái vinh trong họ, mọi người đều được thơm lây. Nếu vì ganh tỵ mà bới móc, hay công kích để hãm hại nhau, thì như trái cây bị hư thối mà tự sinh dòi, chỉ có hại mà không có lợi.

3) **Cương cường** chỉ sự tàn nhẫn hung bạo, **Ngân lệ** chỉ lòng dạ sắc đá vô tình, đều là cái hại của lòng nhân.

📖 Vệ-Ưởng là người nước Vệ thời Chiến-Quốc, chuyên dùng hình luật để trị người, Vệ-Ưởng được Công-Tôn-Tọa tiến cử cho Ngụy-Huệ-Vương. Khi Công-Tôn-Tọa mất, Ngụy Huệ-Vương không dùng, Vệ-Ưởng qua nước Tần, được Tần Hiếu-Công trọng dụng, Vệ-Ưởng chủ trương rằng lấy bá-đạo trị nước thì nước mới mạnh nên đặt nặng hình luật bắt dân chúng phải theo. Phàm những khu đất nào bị bỏ hoang, dân trong vùng phụ cận phải đi khai khẩn, bao nhiêu ruộng đất khai được đều là quan-điền, người dân không được riêng một tấc nào trai phải cày ruộng, gái phải dệt cửi, người không thiết việc làm sẽ bị trị tội. Về mặt quân sự Vệ-Ưởng ra lệnh, lấy đầu của giặc làm công trạng, thủ cấp nhiều thì công sẽ lớn, người nào sợ trận lùi bước thì bị chém ngang lòng, ra trận không công thì bị tước bỏ chức tước. Người dân có việc tranh tấu hay tố tụng, bất kể người đúng hay sai, cả hai đều bị chém. Lại đặt ra luật liên trị, lấy mười nhà làm thành một liên, một nhà có lỗi thì chín nhà phải tố cáo, nếu không tố cáo thì cả mười nhà cũng đều bị tội, hàng xóm có người đến ngủ trọ người trọ đều phải có giấy phép, nếu trái lệnh thì người chủ lẫn người trọ đều bị chém.

Khi luật mới được ban hành, quan đại phu là Cam-Long và Đỗ-Trí vì nghị luật can gián, đều bị gián chức, thế-tử không theo, Vệ-Ưởng tâu với Tần-Hiếu-Công, bắt tội của quan thái-sư Công-Tôn-Giả và thái-phó Công-Tử-Kiều là thầy học của thế-tử, người bị cắt mũi, người bị thích chữ vào mặt. Bá quan văn võ vì sợ hình luật của Vệ-Ưởng, đều không dám nghị luận. Vệ-Ưởng lại thân hành suy xét tử phạm, một ngày giết hơn bảy trăm người, Bá tánh đều kinh sợ luật hà khắc của Vệ-Ưởng, nằm ngủ thường hay giật mình.

Khi vua Tần-Hiếu-Công mất, thế-tử lên ngôi là Huệ Văn-Công. Vệ-Ưởng tự phụ mình là người có công với tiên triều, nên ra vào ngạo mạn. Công-tử Kiều trước kia bị Vệ-Ưởng cắt mũi, căm giận trong lòng nên cùng Công Tôn-Giả tâu với Huệ Văn-Công:

- Quyền thế của đại-thần cao thì nước sẽ nguy. Vệ-Ưởng lập phép cai trị nước Tần, tuy nước được thịnh trị, nhưng trên dưới đều cho rằng đó là phép của Vệ-Ưởng mà không nói là phép của nước Tần, hơn nữa trên dưới đều oán thù Vệ-Ưởng, nếu bệ-hạ không nghĩ cách đối phó e sau này nước sẽ loạn.

Huệ Văn-Công vốn đã không thích Vệ-Ưởng nay nghe lời của Công-tử Kiều và Công-Tôn-Giả liền sai người thu tướng ấn của Vệ-Ưởng và đuổi về ấp Thương-Ô.

Khi Vệ-Ưởng ra đi, có trăm quan đưa tiễn, oai nghi bệ vệ, Công-Tôn-Giả cùng Công-tử Kiều mật báo cho Huệ-Văn-Công hay là Vệ-Ưởng không biết ăn năn hối lỗi, lại tiếm dùng nghi thức của vương giả, e rằng khi về đến Thương-Ô sẽ làm phản. Hai vị quan đại phu Cam-Lòng và Đỗ-Trí lúc trước bị Vệ-Ưởng làm hại, cũng đứng ra làm chứng là có việc này. Huệ Văn-Công giận, lập tức sai Công-Tôn-Giả dẫn binh đuổi bắt Vệ-Ưởng. Vệ-Ưởng đi xe ra khỏi thành trăm dặm, bỗng nghe mặt sau có quan lính đuổi theo, biết là Huệ Văn-Công sai người đến bắt, trong lòng lo sợ, vội trút bỏ áo mũ, giả trang làm thường dân đi trốn. Khi chạy đến Hàm-Quan thì trời sắp tối, Vệ-Ưởng tìm đến một khách sạn xin ngủ trọ. Chủ khách sạn hỏi xin lấy giấy phép, Vệ-Ưởng không có, chủ khách sạn nói:

- Phép của Thương-Quân(Vệ-Ưởng) cấm người không giấy phép đến ngủ trọ, nếu phạm pháp thì sẽ bị tội, nên không dám nhận ông.

Vệ-Ưởng than thầm: Chính ta đặt ra phép ấy để hại ta. Sau bị Công Tôn-Giả bắt được. Huệ Văn-Công ra lệnh chu di tam tộc của Vệ-Ưởng, lại sai người lấy thân của Vệ-Ưởng và dùng năm con trâu phanh thây. Dân chúng thù ghét Vệ-Ưởng nên giành lấy thịt của Vệ-Ưởng mà ăn.

Ôi, chỉ vì công danh lợi lộc mà hà khắc vô tình, tàn nhẫn vô đạo, công danh được toại rồi bị tội diệt thân và chu di tam tộc. Chẳng phải là quả báo sao!

☼ ☼ ☼

❀ **Thị phi bất đáng, Hướng bội quai nghi, Ngược hạ thủ công, Siểm thượng hy chỉ.**

[Thích nghĩa]

Không phân biệt thị phi, cho việc xấu là tốt và việc tốt là xấu, Chuyên làm việc nghịch lý có hại cho xã hội, Vì tranh lấy công mà bạo ngược và hà-khắc với cấp dưới, Nịnh hót mong được lòng của cấp trên.

<u>Chú:</u> *1) Sự việc đúng thì nói đúng, sai thì nói sai chớ nên thiên vị mà điên đảo phải trái.*

*2) **Hướng** là hướng theo, **bội** là đi ngược lại. Điều hợp với nghĩa thì phải theo, không hợp thì nên tránh, đó là hợp-nghi. Ngược lại, lẽ đáng theo mà tránh, lẽ đáng tránh mà theo gọi là quai-nghi, đi nghịch với Thiên-lý.*

*3) **Công** là công-huân, thành tích. Có thành-tích tức có công, có công thì có tước lộc. Lấy công làm vinh hiển là nguyện vọng của mỗi người. Tinh trung báo quốc là công đáng thưởng, chính trị ổn định không có trộm cướp, nhân dân ăn no mặc ấm là công đáng mừng, lập thiện ngôn phép tắc để trị thế là công đáng kính. Còn như hà khắc với cấp dưới để lấy công là điều bất nhân. Khi đã bất nhân thì tránh sao khỏi lưới Trời.*

4) Lấy lòng trung nghĩa phụng sự cấp trên là kính, dùng lời nịnh hót để mong được lòng là khi mãn không thực. Đã sinh lòng khi mãn thì tâm địa bất chánh, do đó trên dưới đều thiên lệch mà đi đến chỗ sai lầm.

☼ ☼ ☼

❀ **Thụ ân bất cảm, Niệm oán bất hưu, Khinh miệt, Thiện dân, Nhiễu loạn quốc chánh.**

[Thích nghĩa]

Mang ơn của người mà không biết cảm tạ báo đáp. Gặp oán thì nuôi hận trong lòng mà không quên, Cơ may có được một chức tước thì sự kiêu mãn mà khinh miệt quần chúng, Làm rối loạn, quay nhiễu quốc chính.

Chú: 1) Chịu ơn mà không nghĩ đến đền đáp, vì ơn là lòng tốt của người nên dễ nhận và mau quên, oán là lòng xấu của người đối với ta nên khó chịu và khó quên. Chịu ơn người mà nghĩ đến cách báo đáp là lòng nhân, trái lại thì là bất nghĩa. Gặp oán mà không nghĩ đến hận thù cũng là lòng nghĩa, nếu nuôi hận trong lòng thì dễ sinh lòng trả thù và mầm móng của cái họa cũng là tiềm tàng ở trong đó. Cho nên người đời thường nói *"Oán chỉ nên giải mà không nên kết"* là vậy.

Quách-Tử-Nghi và Lý-Quang-Bật là hai vị phó tướng của An-Tử-Thuận nhà Đường. Tính tình của hai người vốn không hợp, ý kiến của hai người lại thường hay xung đột lẫn nhau. Nhiều khi hai người cùng đi với nhau trong một chiếc xe, cùng ngồi chung nhau trong một bàn tiệc, nhưng hai bên đều không hỏi han nhau.

Về sau Quách-Tử-Nghi được lên làm tướng thay An-Tử-Thuận. Lý-Quan-Bật sợ Quách-Tử-Nghi vì hiềm-khích mà làm hại mình, nên đến gặp Quách-Tử-Nghi và nói rằng:

- Tôi thường hay xích mích với tướng quân, nếu có lỗi thì chết vẫn cam tâm, còn vợ con tôi là người vô tội, mong tướng quân rộng lượng dung thứ.

Quách-Tử-Nghi nghe Lý-Quan-Bật nói thế, trong lòng hoảng hốt, liền đáp lại:

- Tôi nào dám đem lòng oán hận riêng tư mà đi hại tướng quân. Tướng quân là người tài ba, trong nước lại đang loạn lạc, ngoài tướng quân ra không ai có thể cầm quân trị được. Ý kiến bất hợp chỉ là chuyện nhỏ giữa ta và tướng quân, việc nước trọng đại, hai ta lẽ nào lại vì chuyện nhỏ nhặt riêng tư mà làm hại đến đại sự của nước hay sao?

Quách-Tử-Nghi nói xong, nước mắt ràn rụa, lại dùng lời trung nghĩa để kích lệ, và phong Lý-Quan-Bật lên chức Tiết-độ-sứ. Sự hiềm khích thù nghịch của hai người băng thích từ đó, và thân thiện với nhau hơn bao giờ hết.

2) Người do Trời sinh nên gọi là Thiên-dân. Trời sinh người thì cũng thương người, ta cũng là người đồng thể với bao nhiêu người khác, lẽ nào vì trong một địa vị khác mà ta sinh lòng khinh khi xem người như loài vật mà hà hiếp hay sao!

3) Quốc-Chánh là kỷ-cương của một nước (hành-pháp, luật pháp và tư pháp), lấy chánh để trị nước thì nước yên, gay gối trong việc trị an là họa lớn của nước vậy.

❋ **Thưởng cập phi nghĩa, Hình cập vô cô.**

[Thích nghĩa]

Tưởng thưởng không đúng nghĩa, Gia hình phạt cho người vô tội.

<u>Chú:</u> *1) Mục đích của sự tưởng thưởng là để khuyến khích người có công, để người khác noi theo mà làm. Hình phạt là trị người có lỗi, mong kẻ khác lấy đó làm gương mà nên theo. Người đáng thưởng mà không được thưởng, người không đáng thưởng mà lại được thưởng là "Thưởng cập phi nghĩa", như thế làm cho người quân-tử thất ý, kẻ tiểu-nhân đắc chí. Đó là mầm móng của cái loạn, chẳng mê hoặc lắm sao!*

📖 Thời Chiến-Quốc, vua Huệ-Vương nước Ngụy hỏi vị đại-thần là Thập-Bì rằng:

- Khanh nghe người ta phê bình quả-nhân như thế nào?

Thập-Bì tâu rằng:

- Mọi người đều nói rằng bệ-hạ là người nhân-từ và hay gia ơn cho người.

Nghe Thập-Bì tâu như thế, Ngụy Huệ-Vương lấy làm mừng và nói:

- Như thế thì công-đức của quả-nhân sẽ lớn vậy.

Thập-Bì đáp:

- Không phải thế đâu, hạ thần e rằng công-đức của bệ-hạ sẽ làm cho nước bị mất.

Ngụy Huệ-Vương ngạc nhiên hỏi:

- Lòng nhân-từ và gia ơn cho người đều là việc thiện, làm việc thiện mà phải mất nước như thế là nghĩa lý gì?

Thập-Bì thưa:

- Tuy có lòng nhân-từ nhưng kết quả của lòng từ không mang đến việc thiện mà đưa đến việc ác thì là hại. Bệ-hạ không xét lý, người có tội cũng không trừng phạt thì sau này sẽ loạn. Gia ơn cũng thế, nếu không xét lý thì kẻ vô công cũng không thưởng, như vậy là thưởng phạt không công bình, người vô công mừng, người có công oán. Như thế nước chẳng nguy hay sao!

Ngụy Huệ-Vương cho lời nói của Thập-Bì có lý, khen Thập-Bì rằng:

- Khanh quả là hai cánh tay của quả-nhân vậy.

2) Cô là tội. Hình phạt dùng để trừng trị kẻ có tội, trong trường hợp bất đắc dĩ mới phải dùng đến cực hình. Vì tội do tự gây, người mắc tội tuy chịu hình nhưng lòng không oán hờn. Nếu tội trạng không rõ mà buộc tội cho người, hay vì thù hận riêng tư, Vì nhận của hối lộ mà cố ý ghép tội, gia hình cho người vô tội, như thế là phạm hình. Người bị hình chịu oan và người lạm hình cũng sẽ bị oán.

● **Sát nhân thủ tài, khuynh nhân thủ vị.**

[Thích nghĩa]

Giết người để lấy của, Dùng mưu mô hại người mất chức sau đó thừa cơ tiếm vị.

Chú: 1) Tài là điều cần thiết trong sinh hoạt hàng ngày, nên mọi người đều muốn, Đức Khổng-Tử nói: "Quân-tử ái tài thủ chi hữu đạo". Người quân-tử lấy tài đều hợp với đạo nghĩa, nếu làm giàu mà trái với đạo nghĩa, người quân-tử cho đó là điều sỉ nhục. Tiền như nước, có thể chở thuyền và cũng có thể làm đắm thuyền. Có tiền mà dùng không đúng còn phải mang họa, huống chi là giết để lấy của, phạm cả hai tội là sát nhân và đạo-tặc. Luật nước còn khó dung, luật Trời há lại sơ xuất hay sao!

2) *Khuynh* là đảo. Chức tước, địa vị do tài đức mà có được gọi là **đắc-vị**, Dùng mưu mô làm cho địa vị của người khác bị mất mà thừa cơ chiếm hưởng là đoạt-vị. Đắc-vị chánh, đoạt vị gian, đã gian thì không lâu dài và Trời đất cũng không dung.

❀ **Chu lục hàng phục, Biếm chánh bài hiền, Lăng cô bức quả, Khí pháp thủ lộ.**

[Thích nghĩa]

Sát hại địch nhân có tâm hàng-phục, Biếm trục người chính trực, bài xích người hiền tài có đức, Lăng nhục cô-nhi, áp bức quả-phụ, Làm việc không giữ chánh pháp, Nhận của hối lộ của người.

Chú: *1) Đạo-Đức Kinh chép: "Dùng binh là đều bất tường, trong trường hợp tránh không khỏi chiến tranh bất đắc dĩ mới dùng đến". Hai bên giao chiến là đánh bại đối phương để tranh lấy phần thắng, khi đối phương bại trận có tâm hàng phục tức là muốn cầu lấy cái sống. Người muốn cầu sống ta lại giết người, đó là điều đại ác, bất nhân.*

Lý- Quảng là vị danh tướng đời Hán, có tài thiện xạ bách phát bách trúng, giao chiến với quân Hung-Nô trên bảy mươi trận, lập nhiều chiến công hiển hách, nhưng chỉ được Hán Võ-Đế phong cho chức thái-thú. Trong khi đó, bộ hạ củ Lý-Quảng có nhiều người được phong tước Hầu.

Lý-Quảng lấy làm buồn rầu, một hôm đến gặp vị tướng-sĩ Vương-Sóc để hỏi rõ nguyên do.

Vương-Sóc hỏi:

- Tướng quân thử nghĩ xem có làm chuyện gì trái với lương tâm của mình chăng?

Lý-Quảng đáp:

- Bản thân tôi chưa làm điều gì ám muội hay thất đức nào cả. Chỉ có một lần giao tranh với rợ Hồ, dùng kế khuyên dụ đối phương đầu hàng, nhưng sau đó số người đầu hàng trên 800 người điều bị tôi ra lệnh giết chết hết. Cho đến nay, trong lòng vẫn thường cảm thấy ăn năn, hối hận.

Vương-Sóc:

- Giết người có tâm hàng phục là tội nặng, hơn nữa số người chết vì lệnh của tướng-quân lại trên 800 mạng. Tướng-quân không được phong hầu là tại sát nghiệp quá nặng.

Trong lúc tuổi già, Lý-Quảng cáo quan về hưu, nhưng quân Hung-Nô vẫn thường đến quấy nhiễu đất Trung-nguyên. Lý-Quảng đại-bại, Lý-Quảng chạy lạc vào rừng. Xong nghĩ đến sự thất bại mà hổ thẹn, bèn rút gươm ra tự vẫn.

Về sau cháu của Lý-Quảng là Lý-Lăng giao tranh với quân Hung-Nô bị bại trận, trong trường hợp bất đắc dĩ phải đầu hàng quân Hung-Nô, bị vua Hán ghép vào tội phản nghịch nên cả gia-tộc đều bị giết chết.

2) Nước dùng người chính trực, hiền tài thì nước mới mạnh, dân mới giàu. Biếm chánh bài hiền chẳng phải là đưa quốc gia đến chỗ suy yếu hay sao? Những kẻ vì lợi ích cá nhân mà làm hại cho nước, đều là tội nhân của lịch sử.

☼ ☼ ☼

❋ **Dĩ khúc vi trực, Dĩ trực vi khúc, Nhập khinh vi trọng.**

[Thích nghĩa]

Không phân biệt khúc-trực thị-phi, thấy có lợi cho mình thì cho sai là đúng, trái lại thì cho đúng là sai, Người có lỗi nhẹ mà xét nặng, để người chịu khổ.

Chú: **Khúc** *là cong,* **Trực** *là thẳng,* **khinh** *là nhẹ,* **trọng** *là nặng. Pháp luật đặt ra là để mọi người phải tuân theo, một khi phạm pháp, đứng trước vành móng ngựa thì quan dân đều bình đẳng. Nếu vì thiên-vị hay nhận hối lộ, hay vì thù oán riêng tư mà làm đảo cán cân luật, thì người hiền sĩ bị oan, như thế là nghịch lý. Đã nghịch lý thì tránh sao cho khỏi họa!*

☼ ☼ ☼

❋ **Kiến sát gia nộ, Tri quá bất cải, Tri thiện bất vị, Tự tội dẫn tha.**

[Thích nghĩa]

Thấy người chịu cực hình sắp bị giết mà không tỏ lòng thương hại, lại còn sấn nộ thêm. Có lỗi mà không biết hối cải, Biết được việc thiện mà không làm, Tự mình mắc tội mà lại lôi kéo thêm người khác vào, để người mắc oan và chịu tội như mình.

Chú: _1)   Trên đời không có gì quý hơn sinh mạng, loài côn trùng còn ham sống sợ chết, huống chi là người. Một người dù tội ác tày trời, nhưng khi sắp chết cũng tỏ lòng hối hận. Ta phải thương tiếc cho người chịu hình phải rời khỏi cha mẹ, vợ con, và biết bao nhiêu thân nhân khác phải đau lòng trước cảnh sinh ly tử biệt này. Nhìn thấy cảnh này chẳng lẽ không động lòng thương xót hay sao. Kiến sát gia nộ là người không có lòng nhân, cũng là người ác vậy._

📖 _Lương Võ-Đế một hôm đi dạo ngoài thành, thấy một người bán dưa đứng giữa chợ chào khách bán hàng. Một người ăn mặc sang trọng đi tới, trả giá rất cao, người bán dưa chẳng những không chịu bán, mà còn giận dữ chửi mắng, cho rằng khách giàu này khinh khi mình. Khách thấy người bán dưa giận dữ bèn bỏ đi. Một lúc sau, Võ-Đế thấy một người ăn mặc lam lũ đi tới muốn mua dưa, người bán dưa khi thấy người khách này đến, bèn tươi cười nói chuyện với khách như đã quen biết từ lâu và tặng luôn trái dưa cho vị khách không quen biết mà không nhận lấy một đồng tiền nào. Võ-Đế cảm thấy kỳ lạ, bèn đem chuyện thấy được hỏi Chí-Công thiền-sư. Thiền-sư đáp:_

"Người bán dưa kiếp trước là một tên tử-phạm, khi bị đưa ra pháp trường hành hình, có một người thấy tên tử-phạm là tên đại ác trong làng, chẳng những không tỏ lòng thương xót, trong lòng còn giận thêm và chửi thầm: Tội ác như mày phải chết cho sớm để khỏi hại người, và phải chết nhiều lần mới đúng. Có một người khác, khi thấy tên tử-phạm sắp chết, tỏ lòng thương hại và nghĩ thầm: Tuổi trẻ như vậy mà sắp phải chịu cực hình, tội nghiệp thật, nếu được quan lớn giảm hình biết đâu sau này có ngày sẽ biết ăn năn mà cải tà quy chánh.

Người khách ăn mặc sang trọng chính là người đã chửi thầm tên tử-phạm, còn người ăn mặc lam lũ đó là người tỏ lòng đồng tình thương xót".

📖 _Lý-Nhược-Thủy là một vị quan giữ chức ty-lý vùng Hoài-Nam Đời Minh. Vào thời loạn lạc, lính của Thủy bắt được năm tên cướp, Thủy đến tra vấn, năm tên cướp muốn tránh tội đều vu khai là hòa-thượng của một chùa nọ là đồng đảng của tên đầu sỏ Lý-Tự-Thành, còn họ chỉ là những tên tiểu tốt mà thôi, mong Thủy dùng tội nhẹ để phát lạc. Thủy chẳng những không giảm tội nhẹ mà còn bắt năm tên cướp ra chém, lại bắt vị hòa-thượng đến tra tấn. Hòa-thượng kêu oan là người tu hành không vướng đến chuyện phàm. Lẽ nào lại đồng lõa với kẻ cướp. Thủy vẫn không xét phải trái, đem hòa-thượng ra pháp trường hành hình. Khi hòa-thượng chết, ngục tốt là Lý-Năng tự nhiên phát điên, miệng thốt ra lời:_

- Hòa-thượng, hòa-thượng, giết hòa-thượng không phải là lỗi tại tôi, tôi chỉ là người thi hành lệnh của quan ty-lý mà thôi.

Ngục tốt nói xong, bèn lăn ra chết tuốt. Qua ngày thứ hai Lý-Nhược-Thủy cùng quan lại trong nha môn đều chết bất đắc kỳ tử.

☼ ☼ ☼

❀ Ủng tắc phương thuật.

[Thích nghĩa]

Có phương thuật hữu ích cho đời mà giấu diếm, bảo thủ bí-mật không cho người đời hay.

<u>Chú</u>: *Phương-thuật khác với vu-thuật. Vu-thuật là phép thuật có hại cho đời như phù phép, bùa ngãi... còn phương-thuật là thuật có ích cho đời như y bốc, tinh tướng... Người xưa có được một phương-thuật đều ghi chép vào sách vở lưu truyền cho hậu thế, như thế mới giúp ích cho người đời sau. Chỉ có mình biết thôi, một khi chết đi rồi cũng không thể mang theo được, nếu chỉ truyền cho người trong tộc (gia truyền) chỉ cũng giúp được người trong gia tộc mà thôi. Sao bằng truyền lại cho nhiều người để mọi người trong thiên hạ đều hưởng chung một ơn huệ thì chẳng quý lắm sao! Khoa học ngày nay tiến bộ được là nhờ công nghiên cứu của các khoa học gia tiên phong, và nhờ kết quả của bậc tiền nhân lưu lại, nên trong thời đại văn-minh này mới có thể đạt tới mức tuyệt đỉnh được.*

📖 *An-Huy có vị lang y họ Tưởng, được một toa thuốc giải độc rất hiệu nghiệm. Phàm người, hễ uống nhằm tín-thạch, khi dùng toa thuốc đó đều có thể khởi tử hồi sinh. Nhưng vị lang y này ham tài, mỗi khi trị bệnh cho người đều tự đặt giá trước, nếu bệnh nhân trả nổi thì chữa cho, trái lại thì để người trúng độc mà chết.*

Một hôm, vị lang y này đi qua một làng khác hành nghề, và ở trọ trong một khách-sạn. Trong đêm nghĩ ngơi, bỗng nhiên bạo bệnh mà chết. Ngay trong đêm hôm đó, đến báo mộng cho chủ khách-sạn hay:

- Tôi là một y sĩ tên xxx. Ở tại xxx, đến đây hành nghề. Vì quá ham tài, đem toa thuốc giải độc tín-thạch lấy làm của riêng mà không truyền cho người khác, một khi chữa bệnh cho người lại đặt giá cao, và từ chối chữa bệnh cho người nghèo.

Số người chết vì tôi có trên mười người nay bị Trời phạt, bạo bệnh mà chết tại đây. Diêm-vương phạt tôi phải đầu thai mười lần, và mỗi lần đều uống nhằm tín-thạch mà chết. Nay đến báo mộng và truyền toa thuốc lại cho ông. Nếu ông cứu được một người thì tội của tôi sẽ được giảm đi một phần, còn như ông đem toa thuốc này mà truyền cho thiện hạ, thì công-đức của ông cũng sẽ vô lượng vậy. Nói xong, bèn khóc thút thít mà đi.

Chủ khách-sạn thức dậy, liền tìm đến phòng ngủ của vị lang y, quả nhiên thấy vị lang y họ Tưởng này đã chết, Sau đem toa thuốc giải độc trong mộng của lang y ra phổ biến, lưu truyền trong dân gian.

☼ ☼ ☼

❀ San báng Thánh Hiền, Xâm lăng đạo-đức.

[Thích nghĩa]

Cười nhạo và hủy báng Thánh Hiền, Áp bức những người có đạo-đức.

Chú: 1) Đức Khổng-Tử nói: *"Người quân-tử có ba điều sợ: Sợ Thiên-Mạng của Trời, sợ đại-nhân và sợ lời nói của Thánh-nhân"*[1]. Tiên Phật Thánh Hiền đều phụng mệnh của Thượng-Đế giáng phàm giáo hóa độ người, kính trọng Thánh Hiền tức là kính trọng Thượng-Đế. Người quân-tử còn kính sợ như thế, kẻ phàm phu tục tử như ta lại dám hủy báng hay sao?

📖 Đời Tấn có vị quan tên Nguyễn-Chiêm, học vấn uyên-bác và có tài hùng-biện, chủ trương rằng sinh mệnh của loài người ví như ngọn đèn dầu, dầu cạn thì đèn tắt, người chết đi thì hết, chứ không có quỷ Thần gì cả. Nhiều danh sĩ đương thời đều cãi luận với Nguyễn-Chiêm về điểm này, nhưng cãi không lại tài hùng-biện của Nguyễn-Chiêm.

Một hôm, có chàng thư-sinh đến gặp Nguyễn-Chiêm. Hai người hỏi han nhau, luận cổ suy kim rất là hợp ý. Sau cùng bàn đến chuyện quỷ Thần, chàng thư-sinh cho rằng:

---

[1] *Quân tử hữu tam-úy:* Úy Thiên Mệnh, úy đại nhân, úy Thánh-nhân chi ngôn

- Con người có hai cái ta, một chân một giả. Cái chân là do bản tính Thiên phú, cái giả là phần hình hài do cha mẹ sinh. Chân-ngã thì bất sinh bất diệt, còn phần giả-ngã thì chịu sự câu thúc của âm dương ngủ hành, nên có sinh lão bệnh tử. Một khi con người chết đi rồi, chỉ có phần thể xác hư hại mà thôi, còn phần chân-linh, cái chân-ngã thì bất hoại. Nếu như tại thế có hành đức tích thiện thì thành Thần, trái lại làm ma làm quỷ.

Chàng thư-sinh lại dẫn chứng nhiều điển-tích để chứng minh lời nói của mình, nhưng đều bị Nguyễn-Chiêm phản bác. Nguyễn-Chiêm lại nói với chàng thư-sinh rằng:

- Hai chữ quỷ Thần chẳng qua là do người xưa bịa ra để gạt giới ngu phu mà thôi. Các-hạ là một người có học thức, chẳng lẽ lại tin vào lời lẽ dị đoan đó hay sao Các-hạ quả thật là mê-tín.

Chàng thư-sinh nghe xong lời nói của Nguyễn-Chiêm liền thay đổi sắc mặt, giận dữ và lớn tiếng nói rằng:

- Ta biết ngươi là kẻ cuồng-sĩ hay ngụy biện không trọng Thánh Hiền, không kính quỷ Thần, cho nên hôm nay ta mới đến đây dùng lý lẽ giải bày cho ngươi nghe, không ngờ ngươi lại ngông cuồng đến thế. Ngươi không tin có quỷ, ta chính là quỷ đây, hãy nhìn rõ mà xem.

Nói xong chàng thư-sinh biến đâu mất, trước mặt Nguyễn-Chiêm là một con quỷ dữ tợn, khua môi nghiến răng, trong giây lát và biến mất. Nguyễn-Chiêm mặt mày tái mét, chết điếng cả người, khá lâu mới nói nên lời. Không bao lâu Nguyễn-Chiêm mang bệnh nặng, thuốc thang không khỏi rồi chết.

2) Đạo cao long hổ phục, đức trọng quỷ Thần kinh. Người có đạo-đức quỷ Thần đều kính trọng, chẳng lẽ phàm phu chúng ta lại mang lòng khinh hay sao?

📖 Vua Võ-Đế nhà Hán, tính người hiếu thảo và háo nghĩa, thích đọc Đạo-Đức kinh nhưng không hiểu được huyền ý trong kinh. Đức Thái-Thượng Lão-Quân muốn độ hóa Võ-Đế, hóa hình thành một ông già, kết lư ở trên sông và tự xưng là Hà Thượng-Công. Võ-Đế sai sứ giả đến hỏi những điều nan giải trong kinh, khi sứ giả đến Hà Thượng-Công nói: "Đạo đức chí tôn chí quý, nếu sai người đến hỏi thì đạo không quý". Sứ-giả trở về tâu, Võ-Đế đích thân đến gặp Hà Thượng-Công hỏi đạo. Hà Thượng-Công nhắm mắt ngồi thiền bất động, một hồi lâu Võ-Đế có sắc nộ, lên tiếng nói rằng: *"Kinh nói: Trong thành có bốn cái lớn, trong đó vua là một (Thành trung hữu tứ đại, vương cư kỳ nhất), các-hạ tuy có đạo, nhưng trẫm là vua của một nước, sơn hà đều là của trẫm, các-hạ cũng là thần dân của trẫm, sao lại ngạo mạn thế?* Hà Thượng-Công hiểu ý của Võ-Đế, hai chân nhảy lên không trung, rời đất trăm trượng rồi nói: *"Trên không đụng trời, dưới không đạp đất, nào có thần dân xả-tắc".* Võ-Đế hối hận, quỳ lại xin tội. Hà Thượng-Công chỉ truyền kinh cho Võ-Đế mà không truyền đạo. Đủ thấy đạo đức tôn quý, há có thể xăm lăng làm nhục hay sao!

● **Xạ phi trục tẩu, Pháp trập kinh tê, Điền huyệt phúc sào, Thương thai phá noãn.**

[Thích nghĩa]

Dùng tên săn bắn xua đuổi cầm thú, Đào đất làm hại đến sâu bọ, rung động cây cối làm kinh động đến loài chim, Lấp đi hang ổ để loài vật không chỗ nương tựa, Làm tổn thương đến bào thai hay trứng của loài vật, khiến không thể sinh sôi nảy nở.

<u>**Chú:**</u> Nhà là tổ ấm của loài người, không ai muốn căn nhà ấm cúng của mình bị người ngoài phá phách, loài vật cũng thế. Lấp hang phá tổ của loài vật chẳng khác gì đi phá hoại nhà cửa của loài người vậy. Trời có đức háo sanh, chẳng những sinh người mà cũng sinh vật. Loài người đều ham sống và sợ chết, loài vật cũng thế. Đức Khổng-Tử nói: *"Điếu nhi bất võng"*, Thánh-nhân khuyên người chỉ nên lấy câu để câu cá mà không lấy lưới để bắt, vì cần câu chỉ câu một con, nếu dùng lưới thì bắt cả bầy. Thánh-nhân không muốn nhìn thấy loài vật bị diệt chủng. Đó là lòng nhân vậy.

📖 Thời Khang-Hy đời Thanh, ở huyện Đức-Hưng có người họ Trình chuyên sống bằng nghề săn bắn. Một hôm đi săn về, thấy người bán mặt nạ thú vật hình thù quái dị, mua về cho đàn con trong nhà giỡn chơi. Sáu người con đều mang mặt nạ vui đùa trong nhà. Họ Trình nuôi trên hàng chục chó săn, đàn chó tưởng người mang mặt nạ là thú thật, nên kéo nhau đến vây cắn. Sáu người con đều bị đàn chó săn cắn chết.

📖 *Phương Hiếu-Nhu người đời Minh, làm quan đến chức hàn-lâm học sĩ, vì xúc phạm đến vua Thành-Tổ mà bị nạn diệt tộc. Khi Phương Hiếu-Nhu chưa trào đời, thân-phụ của Phương Hiếu-Nhu nhờ thầy địa lý xem phong thủy để xây mộ cho người cha. Trước khi đào huyệt, thân-phụ của Phương Hiếu-Nhu nằm mơ thấy một lão già áo đỏ đến trước mặt nói:*

- Huyệt mà các-hạ chọn chính là chỗ ở của ta, xin cho phép ta hoãn vài ngày để con cháu ta có thì giờ dọn đi nơi khác rồi mới động thổ. Lão già nói xong lại van lạy rồi mới đi.

Thân-phụ của Phương Hiếu-Nhu cho đó là điều mộng mị không đáng tin, hôm sau sai người đào huyệt, thấy trong huyệt có trên trăm con rắn màu đỏ. Vì sợ bị rắn làm hại nên lại sai người lấy lửa đốt huyệt, đàn rắn bị ngọn lửa đốt chết hết. Tối hôm đó, thân-phụ của Phương Hiếu-Nhu lại lấy lão già áo đỏ xuất hiện, giận dữ đến trước mặt, vừa khóc vừa trách:

- Ta đã van xin ông cho ta hoãn vài ngày để con cháu ta có thì giờ dời đi nơi khác rồi mới động thổ chẳng những ông không cho hoãn mà còn dùng lửa đốt chết 800 mạng trong tộc ta, lòng ông thật là độc ác. Ông đã diệt tộc ta, ta cũng sẽ diệt tộc ông vậy. Lão già áo đỏ nói xong rồi biến mất.

Năm sau Phương Hiếu-Nhu chào đời, lưỡi như lưỡi rắn, tính hay nó thắng, về sau đắc tội với vua Thành-Tổ, bị vua chu di mười tộc. Số người bị giết cả thảy là 800 mạng, y như số rắn đã bị hỏa thiêu.

☼ ☼ ☼

❀ **Nguyện nhân hữu thất, Hủy nhân thành công.**

[Thích nghĩa]

Trong lòng luôn cho người khác mắc lỗi, thất bại, Thấy sự việc của người được thành công thì sinh lòng đố kỵ và tìm cách ám hại.

<u>Chú</u>: 1) *Nguyện* là lời nguyền, mong ước. Thánh-nhân đều có lời nguyền, Đức Khổng-Tử mong thế giới đại đồng, Đức Quan-Thế-Âm Bồ-Tát nguyện độ hết

chúng sanh trong cõi ta-bà, Đại nguyện của Đức Địa-Tạng-Vương Bồ-Tát là độ hết loài quỷ dưới cõi âm-phủ. Đó là đại-nguyện cứu thế của Phật, Thánh. Mong cho gia đình được bình an, giàu sang là nguyện vọng tầm thường của mọi người, tuy là vị kỷ, nhưng nếu không hại người cũng không phải là lòng xấu. Nguyện cho người lầm lỗi mắc tội thì là lòng ác vậy.

2) **Công** là thành tích. Xét khi làm một việc bất kể việc lớn hay nhỏ, không lao lực cũng lao tâm, mục đích là mong có sự thành công mà không muốn thất bại. Suy bụng ta ra bụng người, lòng người lại nỡ nào vì đố kỵ mà đi hủy công của người hay sao?

📖 Tần-Cối thấy Nhạc-Phi sắp đánh bại nước Kim, Sợ sau này bất lợi cho mình, nên giả lệnh của vua Tống hạ 12 đạo kim bài triệu Nhạc-Phi về triều, lại bắt Nhạc-Phi hạ ngục. Nguyên-Soái là Hàn-Thế-Trung hạch vấn Tần-Cối

- Nhạc-Phi vì tội gì mà bị bắt giam.

Tần-Cối đáp:

- "Mạc tu hữu" (không cần có tội)

Sau Nhạc-Phi bị Tần-Cối làm hại, chết trong ngục. Tuy công chống giặc của Nhạc-Phi bị Tần-Cối ngăn cản không thành, nhưng lòng trung trinh của Nhạc-Phi được lưu danh muôn thuở. Người Trung-Hoa cảm lòng trung của Nhạc-Phi nên lập miếu thờ phụng.

Miếu Vũ-Mục ở Hàng-Châu thờ Đức Nhạc-Phi, trong miếu có hai bức tượng đúc bằng sắt của hai vợ chồng Tần-Cối quỳ trước mộ của Đức Nhạc-Phi. Khách hành hương đến làm lễ, khi ra khỏi miếu nhìn thấy hai bức tượng sắt, mà nghĩ đến lịch sử của Tần-Cối đã hại Đức Nhạc-Phi nên giận, thường hay khạc nhổ và phóng uế với hai bức tượng sắt. Bên cạnh hai tượng sắt có câu đối:

Thanh Sơn hữu hạnh mai trung cốt

Bạch thiết vô cô chú nịnh nhân.

Núi xanh gặp may vì chôn xương cốt của người trung thần, du khách đến viếng mộ của Đức Nhạc-Phi, núi vì thế mà có tiếng. Sắt là kim loại vô tội, chỉ vì đúc thành tượng của hai vợ chồng Tần-Cối là kẻ gian nịnh, nên bị người đời khạc nhổ phóng uế.

Giúp người thành công tuy không được tiếng, nhưng sự thành mà lòng được vui. Chớ vì đố kỵ mà bại công của người, tuy người không thấy, nhưng quỷ Thần đều rõ.

☼ ☼ ☼

❀ **Nguy nhân tự an, Giảm nhân tự ích.**

[Thích nghĩa]

Tìm cách khiến người lâm vào cảnh nguy nan mà cầu an cho mình, Hạ thấp người để lấy phần lợi ích cho mình.

Chú: *1) Tránh nguy cầu an là chuyện thường tình, nhưng dồn người vào chỗ nguy hiểm mà cầu an cho mình là điều bất nhân.*

📖 *Thời Chiến-Quốc, có sao Huỳnh-Hoặc chiếu vào địa phận nước Tống. Mạc-Tử thấy vậy bèn tìm đến báo cho Tống Cảnh-Công hay:*

- Sao Huỳnh-Hoặc chiếu thì chúa công sẽ có họa, xin chúa công hãy đề phòng.

Tống Cảnh-Công triệu quan thiên-văn là Tử-Vi đến hỏi:

- Sao Huỳnh-Hoặc chiếu vào nước ta, quả nhân là chủ một nước phải chịu họa, khanh nghĩ có cách gì làm cho quả-nhân tránh họa được chăng?

Tử-Vi đáp:

- Họa của chúa-công có thể dời cho bá quan văn võ trong triều.

Tống Cảnh-Công đáp:

- Bá quan là tay chân của quả-nhân, không thể làm được.

Tử-vi lại tâu:

- Có thể dời cho bá tánh.

Tống Cảnh-Công đáp:

- Vua có bổn phận bảo vệ dân, lẽ nào bắt dân mang họa, không được.

Tử-Vi lại tâu:

- Như thế có thể đem mùa màng năm nay để đổi lấy họa của chúa-công.

Tống Cảnh-Công đáp :

- Mất mùa thì bá tánh phải chết đói, không được.

Tử-Vi nói:

- Chúa-công yêu bá-quan, thương bá tánh, vì đức này nên sao Huỳnh-Hoặc sẽ rút lui.

Tối hôm đó sao Huỳnh-Hoặc quả nhiên biến mất. Tự nguy mà không muốn người khác chịu thế, vì thế mà tránh được họa.

📖 Lý-Tư là một vị quan đời Tống, vua sai đi an phủ dân trong vùng Vĩnh-An, Lý-Tư biết bọn thổ phỉ đang nổi loạn tại Vĩnh-An, nếu đi trong lúc này sẽ nguy hại đến tính mạng của cả gia đình, nên giả bệnh và tâu với vua sai người bạn học của của mình là Phạm-Hình đi thế. Trên đường đi, Phạm-Hình bị bọn thổ phỉ giết chết. Về sau vua sai Lý-Tư đi vùng Lâm-An, trên đường đi nhậm chức, Lý-Tư cùng gia quyến cũng bị bọn cướp đường giết hại.

2) Giảm nhân tự ích sao bằng giảm kỷ ích nhân. Hạ thấp mình mà giúp ích được cho người, chẳng những mình không bị giảm mà tự mình cũng được phần lợi ích. Một giếng có nước, tuy trăm ngàn người đánh, nhưng nước trong giếng cũng không vì thế mà giảm, mà trăm ngàn người lại có nước dùng. Giếng không người đánh là giếng hoang, nước cũng không trong.

❀ Dĩ ác dịch hảo, Dĩ tư phế công.

[Thích nghĩa]

Lấy cái xấu của mình để đổi lấy cái tốt của người khác, Vì Tư lợi cá nhân mà phế bỏ lợi ích công cộng.

<u>Chú:</u> 1) Cái thật không khi nào giả, cái giả lúc nào cũng không thể biến thành thật. Như dùng vàng ngọc giả đổi lấy vàng ngọc thật, trước sau người cũng biết.

📖 Tô-Đông-Pha đời Tống có một viên ngọc quý, người bạn Chương-Đắc đến mượn về ngoạn thưởng và đổi trao bằng một viên ngọc giả tương tự. Tô-Đông-Pha không hay biết. Mãi cho đến khi nhậm chức ở Hàng-Châu mới phát hiện viên ngọc của mình bị Chương-Đắc trao đổi. Tô-Đông-Pha chỉ cười mà không trách bạn. Không bao lâu Chương-Đắc chết ở Đài-Châu còn viên ngọc quý không biết lưu lạc về đâu. Tô-Đông-Pha không tiếc viên ngọc quý của mình mà lại thương cho người bạn. Ngọc ngà châu báu tuy quý nhưng là vật ngoài thân, thanh danh mới là của báu.

2) **Công** là lợi ích chung của thiên hạ, nên lớn, **Tư** là lợi ích riêng của cá nhân nên nhỏ. Vì lợi ích nhỏ riêng tư mà phế việc công lớn, nếu người không oán thì Trời cũng giận.

📖 Quách-Khai là người đời Chiến-Quốc, làm quan nước Triệu và được vua Triệu tin dùng. Vua Tần có ý đồ thống nhất Trung-Hoa, nhưng ngại hai vị tướng tài của nước Triệu là Liêm-Pha và Lý-Mục, nên sai Vương-Ngạo đem vàng bạc đút lót cho Quách-Khai nhờ Khai nói xấu Liêm-Pha để vua Triệu không dùng. Khi Tần đem quân đánh Triệu, Liêm-Pha đang ở nước Ngụy, vua Triệu sai nội-thị là Dương-Cửu triệu Liêm-Pha về nước đem quân chống Tần. Quách-Khai đút lót cho Dương-Cửu tâu với vua Liêm-Pha đã già và có bệnh. Vua Triệu tưởng thật nên không triệu Liêm-Pha về nữa mà dùng Lý-Mục thay thế. Lý-Mục cũng là một tướng tài, nên Tần không đánh thắng được nước Triệu, hai bên giảng hòa.

Vua Tần lại sai Vương-Ngao hối lộ cho Quách-Khai, Khai gièm tâu cùng vua Triệu rằng Lý-Mục hợp với Tần âm mưu làm phản. Vua Triệu hôn mê nghe lời của Quách-Khai nên Lý-Mục bị giết. Tần vì thế mà diệt được nước Triệu. Khi nước Triệu mất, Quách-Khai hàng Tần, đem theo quyến thuộc và chuyển vàng bạc châu báu qua Tần, nhưng giữa đường bị kẻ cướp chặn đánh, Quách-Khai và cả gia quyến đều bị bọn cướp giết sạch.

Vì lợi ích riêng tư tưởng là có thể vinh thân phì gia, nhưng nước mất thì nhà cũng tan, còn để lại tiếng xấu muôn thuở.

📖 Ngày xưa thân-mẫu của ngài Mục-Liên không tin Phật pháp, hủy hoại tam-bảo, tội ác đầy mình, khi chết bị sa địa-ngục. Ngài Mục-Liên là chí hiếu, biết thân-mẫu chịu khổ trong vòng ngạ-quỷ đạo, nên dùng sức thần-thông dâng thức ăn cho thân-mẫu. Vì thần-lực của ngài, thức ăn càng ăn càng nhiều, thân-mẫu của ngài thấy thế, sợ ngạ-quỷ khác nhìn thấy mà đến cướp giựt nên lấy vạt áo che dấu. Nào ngờ vì ý niệm riêng tư hẹp hòi này, thức ăn vào đến bụng đều biến thành lửa nóng đốt mình. Ngài Mục-Liên lại dùng thần-thông để cứu mẹ nhưng *vô hiệu, nên phải cầu cứu Đức Phật, Phật dặn phải nhờ công-đức thập phương của chư Phật Bồ-Tát mới cứu được thân-mẫu của ngài. Khi chư Phật đến thuyết pháp thân-mẫu ngài mới sám-hối giác ngộ mà thoát ly địa-ngục. Đủ thấy tư lợi là địa ngục, công ích là thiên đàng.*

☼ ☼ ☼

❀ **Thiết nhân chi năng, tế nhân chi thiện, Hình nhân chi xú, Kiết nhân chi tư.**

[Thích nghĩa]

Trộm lấy kỹ thuật và tài năng của người, Thấy người hiền đức hơn mình thì tìm cách dìm lấp, Phô bày chuyện xấu, Bới móc chuyện tư của người khác.

*<u>Chú:</u> 1) **Thiết** là lấy trộm, **Tế** là che lấp. Thấy tài năng của người hơn mình, phải trộm nghĩ tại sao mình lại không bằng người mà phải lập trí học hỏi, phấn đấu. Người có chí thì sắt cũng có thể giũa thành kim. Trái lại thấy người có tài đức hơn mình, không biết phản tỉnh cầu tiến, lại tìm cách hại người, gọi là tự bạo tự khí, chẳng những có hại cho người, mà còn làm hại đến chính mình nữa. Ta dìm người thì Trời cũng sẽ dìm ta, đó là luật tuần hoàn của Trời đất.*

2) Người thường biết được mình có chỗ xấu thường hay tìm cách che dấu, không cho người hay. Bới móc chuyện xấu của người là một đều tối kỵ trong việc xử thế, vì người bị bêu xấu sẽ đem lòng oán hận mà sanh ra sự tranh chấp. Tai họa lại từ sự tranh chấp mà ra. Những người cầm viết lại nên thận trọng, ngòi viết sắc bén hơn đao búa, có thể giết người mà không thấy máu.

☼ ☼ ☼

❀ **Hao nhân hóa tài, Ly nhân cốt nhục.**

[Thích nghĩa]

Làm tiêu hao tài vật của người, Gây chuyện thị phi, hại người cốt nhục ly tán.

Chú: 1) Tiền bạc của cải trên đời không thể thiếu, nên một người dù khổ cực đến đâu cũng phải làm lụng dành dụm để tậu được một số tiền và vật dụng cần thiết trong cuộc sống hằng ngày. Tiêu hao tài vật phải chăng làm cho sinh hoạt của người sẽ lâm vào cảnh túng thiếu. Dụ dỗ một người đi vào tứ đổ (rượu chè, cờ bạc, chơi bời, ma túy...), chẳng những làm cho người bị tán gia bại sản, mà còn đưa người ta đi vào con đường tội lỗi. Đó là một việc thất đức.

2) Cốt nhục là tình cha mẹ con, tình vợ chồng, và tình anh chị em. Mỗi người đều muốn tình cốt nhục được đoàn tụ mà không muốn có sự chia ly, vì đó là mối tình thiên-luân của loài người. Thấy người cốt nhục tương tàn mà đứng giữa điều hòa khuyên giải, là một điều nên làm. Hại người cốt nhục phân ly là một điều cực ác phải tránh.

☼ ☼ ☼

❋ **Xâm nhân sở ái, Trợ nhân vi phi, Sinh chí tác uy, Nhục nhân cầu thắng.**

[Thích nghĩa]

Xâm đoạt sở ái của người, Giúp người làm việc bất chánh, Khi được thời thì thừa thế tác uy, làm mưa làm gió, Làm nhục người khác để cầu lấy phần thắng cho mình.

Chú: 1) Sở ái là vật yêu thích. Thánh-nhân vô dục nên vô ái, Tiểu-nhân đa dục nên đa hại. Hại sanh từ lòng ham muốn, lòng ham muốn lại sanh từ sở yêu. Khi có được sở yêu thì không muốn bị người xâm chiếm, nếu ta sinh lòng chiếm đoạt, dù lòng có được toại hay không nhưng cái họa đã nằm ở sau lưng ta.

2) *Phi* là việc đi ngược với đạo lý. Người chưa chắc có lòng vi phi nhưng ta lại ùa theo trợ giúp, nên làm tăng lòng vi phi của người. Người có lòng vi phi nhưng vì ta khuyên răn mà không làm, nên tránh được họa.

Không khuyên mà ngồi nhìn người hành việc trái lý, lòng dạ còn không được yên, huống chi lại đi trợ người vi phi, thì còn ác nào lớn hơn chăng? Những kẻ siểm nịnh cầu vinh thường hay hiến kế trợ người làm việc phi nghĩa, nhưng lịch sử chứng minh, có mấy người được hiển vinh bao giờ, chỉ để lại tiếng xấu muôn đời mà thôi.

3) Được thế hành thiện Trời đất hoan-hỉ, được thế làm phúc, Trời đất đều thích, vì thuận lòng Trời. Trái lại được thế mà tác uy thì đi ngược với thiên lý, gây oán với người, tạo nên sự thù hằn, rốt cục chỉ đưa đến sự diệt vong.

☼ ☼ ☼

❀ **Bại nhân miêu giá, Phá nhân hôn nhân, Cầu phú nhi kiêu, Cầu miễn vô sỉ.**

[Thích nghĩa]

Làm hại lúa mạ của người, Phá hoại, ly gián hôn-nhân của kẻ khác, Cơ may có được phú quý hay không biết hành thiện tích đức lại tỏ vẻ kiêu ngạo khinh người, Mắc lỗi phạm tội, nhưng may mắn tránh được hình phạt, đã không biết sỉ nhục mà hối cải, vẫn còn tính nào tật nấy.

<u>Chú:</u> *1) Hạt giống mới nẩy mầm gọi là **miêu**, mạ sắp trưởng thành cây gọi là **giá**. Dân quê thường lấy nghề nông làm chủ, đầu năm làm lụng vất vả và mong cuối năm được mùa. Khi lúa mạ bị phá thì cuối năm bị thất thu, nếu hoàn cảnh gia đình không khá thì sinh hoạt phải lâm vào cảnh túng thiếu. Bại nhân miêu giá dù là vô tâm (như sơ ý để trâu bò đạp ruộng của người), hay cố ý (vì tranh chấp thù hằn mà dẫn nước ngập ruộng người...) đều tổn phúc tổn thọ.*

2) Hôn-nhân là sự hòa-hợp giữa đôi nam nữ của hai họ, là khởi đầu của sự nhân-luân. Vợ chồng dù xấu hay đẹp, hiền hay ngu, phú quý hay bần tiện điều là duyên tiền định. Duyên của người đã trồng từ kiếp trước lẽ nào lại đi phá hoại, để duyên cầm-sắt của người không thành. Nếu vì thù oán mà tìm cách phá hoại để trả thù, vì tham tài sắc mà tìm kế hãm hại để người chia ly và sau đó chiếm đoạt, đều là tội lỗi, luật Trời khó dung.

📖 *Vào niên hiệu năm thứ hai của vua Hiếu-Đế đời Minh, có nàng Tiểu Nga, vợ của một chàng thư-sinh tên Hóa-Chiêu, là người có nhan sắc đương thời. Tuy gia cảnh không khá, phải sống trong cảnh bần cùng túng thiếu, nhưng tình nghĩa vợ chồng lúc nào cũng đậm đà thắm thiết.*

Trong làng có người nhà giàu tên là Háo-Sắc, thấy nàng Tiểu-Nga có sắc đẹp nên sinh lòng tà, và lập mưu để chiếm đoạt. Thấy gia đình Hóa-Chiêu thường lâm vào cảnh túng thiếu, Háo-Sắc đến làm quen với Hóa-Chiêu, lại đóng vai một người bạn thân và mang tài vật giúp đỡ hai vợ chồng nghèo.

Hai năm sau, Háo-Sắc rủ Hóa-Chiêu ra ngoài đi buôn. Trên đường đi, Háo-Sắc lấy rượu phục say Hóa-Chiêu, sau đó đẩy Hóa-Chiêu xuống sông. Khi bị đẩy xuống sông, Hóa-Chiêu bị nước sông làm tỉnh, cố bơi lên thuyền, Háo-Sắc thấy vậy bèn lấy cây sào thọc chết Hóa-Chiêu ở giữa lòng sông. Khi Hóa-Chiêu chết, Háo-Sắc trở về báo cho Tiểu-Nga hay là trên đường đi, thuyền bị bão đánh đắm, Hóa-Chiêu không may bị chết chìm. Háo-Sắc lại giả lòng tự trách mình: Cũng là lỗi của ta, nếu không rủ Hóa-Chiêu đi buôn thì đâu có gặp nạn này. Nói xong lại tỏ lòng thương xót cho người bạn quá cố và an ủi Tiểu-Nga. Háo-Sắc lại hứa sẽ lo liệu về sinh hoạt của nàng và người mẹ chồng già.

Vì biết đóng kịch, nên người nhà của Hóa-Chiêu tưởng Háo-Sắc là người tốt. Ba năm sau, khi Tiểu-Nga mãn tang chồng, Háo-Sắc sai người mai mối đến hỏi cưới Tiểu-Nga. Thân-mẫu của Hóa-Chiêu vì được sự giúp đỡ của Háo-Sắc, lại không nỡ con dâu mình thủ tiết trong lúc còn trẻ, nên khuyên nàng dâu tái giá để làm lại cuộc đời. Tiểu-Nga trong trường hợp bất đắc dĩ này phải làm vợ của Háo-Sắc.

Mười năm sau, vào lúc tiết Hạ, hồ sen nở đầy hoa, Háo-Sắc rủ Tiểu-Nga ra ngoài hồ ngoạn cảnh. Khi đến bờ hồ, dưới hồ sen có con ếch nổi lên, Tiểu-Nga thấy vậy lấy cây ra thọc. Ếch bị người thọc liền lặn xuống, trong chốc lác lại nổi lên, Tiểu-Nga thấy ếch nổi lên lại lấy cây thọc nữa, ếch lại lặn xuống. Và cứ thế, người thọc ếch lặn ếch nổi người thọc... Háo-Sắc thấy cảnh này, tựa như cảnh mình đã đẩy Hóa-Chiêu xuống sông rồi lấy sào thọc cho chết nên hứng cảnh ngâm hai câu thơ:

Hồi ức thập tam niên tiền sự

Huyền tựa hà mô lạc thủy trời

(Hồi tưởng sự việc mười ba năm trước, tựa như cảnh ếch nhảy lặn xuống hồ)

Tiểu-Nga nghe hai câu thơ của Háo-sắc, mường tượng được một phần nào sự việc đã xảy ra cho người chồng trước của mình vào mười ba năm trước, nên yêu cầu Háo-Sắc viết lại để hòa theo. Háo-Sắc sao lại nguyên văn của hai câu thơ cho Tiểu-Nga. Tiểu-Nga đọc xong hai câu thơ, quả quyết đoán rằng chồng mình đã bị Háo-Sắc làm hại, nên nắm lấy Háo-Sắc mà kêu oan. Quan phủ nghe người kêu oan, liền bắt Háo-Sắc đem về huyện đường tra khảo. Háo-Sắc nhận tội và bị xử tử về tội giết người đoạt vợ. Tiểu-Nga khi lo việc ma chay và chôn cất Háo-Sắc xong, nghĩ vì nhan sắc của mình mà hại chết hai người chồng, bèn tự vẫn mà chết.

3) Tục ngữ có câu: Bần tiện sinh cần kiệm, cần kiệm sinh phú quý, phú quý sinh kiêu ngạo, kiêu ngạo sinh dâm dật, dâm dật lại sinh bần tiện. Đó là nhân và quả của phú quý bần tiện. Nếu phú quý mà háo lễ, khiêm-tốn nhã-nhặn, thương người như tay chân, dù ở địa vị cao nhưng vẫn không có người đố kỵ, phú quý vì thế mà giữ được lâu dài.

Trần-Nghiêu-Tư là một vị quan đời Tống, có tài thiện xạ, người đương thời không ai bằng ông, ông ta vì thế mà sinh lòng kiêu căng. Ông thường hay tập bắn trong vườn nhà. Một hôm có ông lão bán dầu đi qua thấy ông đang tập bắn, liền đặt gánh xuống, nghắp nghé xem tiễn thuật của ông. Thấy ông bắn mười phát trúng được tám chín, lão bán dầu gật đầu mỉm cười. Trần-Nghiêu-Tư gọi ông vào hỏi:

- Lão cũng biết bắn à? Ta bắn chưa được giỏi hay sao?

Lão bán dầu đáp:

- Đó chẳng phải là giỏi, chẳng qua là quen tay mà thôi.

Trần-Nghiêu-Tư giận nói:

- Lão dám khi ta, như thế thì hãy bắn thử xem.

Lão bán dầu:

- Lão không biết bắn, nghề của lão là bán dầu, lão chỉ biết rót dầu mà thôi.

Lão già nói xong, bèn lấy một cái bầu đặt xuống đất, để một đồng tiền lên miệng, lấy cái môi từ từ gót dầu qua lỗ đồng tiền, mà không giây một tí dầu nào vào đồng tiền cả.

Trần-Nghiêu-Tư thấy vậy, tâm đắc khen lão bán dầu.

Lão nói:

- Lão cũng chẳng giỏi gì, chẳng qua vì nghề nghiệp, làm lâu rồi quen mà thôi.

Trần-Nghiêu-Tư cười, cho là phải. Từ đó không còn kiêu căng và khoe tài thiện xạ của mình nữa.

*4) **Cầu** chỉ sự bất đáng, **miễn** nói về sự thoát miễn. Khi đã có lỗi đáng lẽ là sẽ chịu phạt, nhưng người chấp pháp luôn luôn nghĩ rằng, lòng khoan dung rộng lượng là một cơ hội tốt để người phạm pháp biết ăn năn hối cải mà tự sửa mình, nên không bắt tội. Được dịp may mắn như thế mà không biết thẹn, vẫn ngựa quen đường cũ thì quả là người vô sỉ vậy.*

● **Nhận ân thôi quá, Giá họa mại ác, Cố mãi hư dự, Bao trữ hiểm tâm.**

[Thích nghĩa]

Mạo nhận lấy ân của người và đổi của mình cho kẻ khác, Tự mình có tội mà không nhận, lại ngoan cố, vu oan giá họa cho người, Không do tài năng, thực lực của mình được chức, mà dùng tiền mua lấy hư vị, Tính tình nham hiểm, thường nuôi lòng hại người.

Chú: *1) **Ân** là ban huệ cho người, **quá** là lỗi tại nơi mình. Không phải công ơn của mình mà nhận là mạo nhận, trong khi lỗi của mình thì không nhận, lại đổ thừa cho người khác là **thôi quá**, là tự dối mình và dối Trời, đều là hành động của tiểu-nhân. Nhận quá thôi ân mới là quân-tử*

*2) **Giá** là gả, **mại** là bán. Mang cái họa như là gái trinh để gả cho người, đem cái ác ra bán để người mua. Sơ ý thì gặp họa, lòng xấu thì gặp ác. Họa ác người đều sợ, nếu biết ăn năn còn tha thứ được, còn như đem gả bán cho người để người mắc oan, chẳng tội lắm hay sao!*

3) Cây không rễ khó sống, nước không nguồn dễ cạn. Người không có tài đức mà mua lấy hư vị há có thể ngồi lâu được sao? Danh là khách của tài, dự là khách của đức, lập chí học hành cho thành tài, tu thân hành đạo để lập đức, có tài có đức thì danh dự tự nhiên sẽ đến. Tài hèn đức bạc mà ngồi chỗ cao sẽ nguy.

*4) **Bao** là cuốn gói lại không để lộ ra ngoài, **trữ** là tích chứa lòng xấu không che đậy người biết để mà tránh, ác còn nhỏ, bao trữ thì người không thấy nên khó phòng, do đó cực kỳ nham hiểm. Nhưng mưu sâu thì họa cũng sâu, chước xảo thì báo cũng xảo.*

☼ ☼ ☼

● Tỏa nhân sở trường, Hộ kỷ sở đoản, Thừa uy bách hiếp, Túng bạo sát thương.

[Thích nghĩa]

Dụng tâm mai một sở-trường của người để người có tài năng không được thi thố, Tự mình có lỗi mà không chịu nhận, lại cố tìm cách để biện hộ che chở, Khi được thời thì thừa thế áp bức kẻ khác, khi có thế thì dung túng cho thuộc hạ cướp bóc giết người.

<u>Chú:</u> *1) **Tỏa** là giảm, **hộ** là che chở. **Trường** là ưu điểm, là cái tốt, **đoản** là khuyết điểm là cái xấu. Kỵ người có tài mà tìm cách ngăn, là người tâm địa hẹp hòi, bao bọc cho lỗi của mình thì tâm địa ngu mê. Người không phải là Thánh Hiền, mấy ai tránh được không lỗi, có lỗi mà biết phản tỉnh, mới sửa mình được. Biết lỗi mà không sửa lại còn biện hộ, che đậy cũng như đêm đã không trăng sao, lại bỏ đèn mà không dùng, đã tối rồi lại càng tối. Chẳng những sở đoản của mình không nên che chở, ngay đến lỗi của con em cũng không nên bao bọc.*

📖 *Lý-Tư và Hàn-Phi đều là học trò của Tuân-Tử. Khi làm Thừa-tướng nước Tần, Lý-Tư khuyên vua Tần đem quân đánh nước Hàn. Hàn-Phi phụng mệnh vua Hàn sang Tần cầu hòa. Tần-Thủy-Hoàng gặp Hàn-Phi, thấy Hàn-Phi là người có tài, muốn trọng dụng. Lý-Tư biết tài của Hàn-Phi hơn mình nên gièm với vua Tần rằng:*

- Công-tử của các nước đều thân nước của mình, lẽ nào để người khác lợi dụng. Tần đánh Hàn, vua Hàn sợ mới sai Hàn-Phi vào Tần, biết đâu chẳng phải là gian kế. Xin bệ-hạ chớ nên dùng.

Vua Tần nghe lời của Lý-Tư cũng có lý, nên đuổi Hàn-Phi và không dùng. Lý-Tư lại tâu với vua Tần:

- Nếu tha Hàn-Phi về Hàn sau này sẽ là mối họa cho Tần, chỉ bằng giết đi khỏi lo hậu hoạn.

Vua Tần bèn giam cầm Hàn-Phi. Ở trong ngục, Hàn-Phi biết mình sắp bị giết nên hỏi tên cai ngục:

- Ta có lỗi gì mà bị giết?

Cai ngục là thuộc hạ của Lý-Tư đáp rằng:

- Một chỗ đậu không thể dung được hai con chim, người có tài nếu không dùng thì phải chết, cần gì phải có tội.

Trong đêm đó Hàn-Phi lấy giải mũ thắt cổ tự vẫn mà chết.

Khi Tần-Thủy-Hoàng chết, vua Nhị-Thế lên ngôi, mọi việc đều tinh dùng tên hoạn quan là Triệu-Cao. Lý-Tư thấy vua không lo đến việc triều chính, nên lấy lời khuyên can, Triệu-Cao oán ghét Lý-Tư, gièm tâu với vua Nhị-Thế là Lý-Tư thông với nước Sở. Vua Nhị-Thế giận, ra lệnh chém Lý-Tư và chu di cả tam tộc.

Kỳ tài Hàn-Phi không dùng, tội còn nhỏ, giết Hàn-Phi thì là tội lớn, nên Lý-Tư bị Triệu-Cao làm hại đến tội chu di tam tộc cũng là quả báo vậy. Mưu sâu họa sâu là thế.

3) Được thế thì có quyền, nếu dùng quyền thế làm điều nhân nghĩa thì lòng người cảm phục, còn như lạm dụng uy quyền để áp bức, chà đạp người thì là điều ác, lòng người sẽ oán hận. Người được thời có lúc, như trăng tròn vẫn có ngày khuyết, khi thời đi rồi thế cũng mất. Nếu cậy thế hiếp người. Một khi thời thế mất rồi thì cũng bị người hà hiếp trở lại. Luật tuần hoàn của trời đất là thế.

4) Sát đứng đầu trong ngũ-giới của nhà Phật. Giết người hay giết vật đều tổn thương đến hòa khí của trời đất, chẳng những tự mình không thể phạm, ngay cả thuộc cấp cũng phải tránh. Dung túng cho thuộc hạ bạo ngược giết người cũng như chính mình đã ra tay giết người vậy.

☼ ☼ ☼

❂ **Vô cố tiễn tài, Phi lễ phanh tể, Tán khí ngũ cốc, Lao nhiễu chúng sinh**

[Thích nghĩa]

Vô cớ cắt may áo quần làm hoang phí vải vóc, Vô cớ sát hại nấu nướng loài vật để làm ngon miệng mình, Vứt bừa làm hoang phí ngũ cốc, Bắt người lao dịch cho mình mà không thương.

Chú: 1) Làm người phải tiếc phúc, áo quần là để che thân, mặc rách thì may mới, mặc cũ thì có thể đem tặng cho người nghèo, đó là một phương pháp tích phúc. Người xưa, chỉ có hội hè đình đám mới giết vật để tế Thần, nay thấy nhiều người giàu có không biết tiếc phúc, ngày đêm tiệc tùng đãi khách, đem thức ăn dư thừa mang đi đổ, kiếp sau dễ lạc vòng Ngạ-quỷ đạo

2) Lương-Võ-Đế hỏi Thiền-sư Chí-Công: Phu-nhân của trẫm kiếp trước có phúc đức gì mà kiếp này được làm Hoàng-Hậu, cùng trẫm hưởng cảnh phú quý?

Thiền-sư đáp:

- Hoàng-hậu trong ba kiếp trước là một con giun, bị Hòa-thượng Cao-Phong sơ ý, khi cuốc đất trồng hoa cuốc chết. Hòa-Thượng niệm chú Vãng-sanh cho con giun, nên giun được đầu thai làm kiếp người. Trong kiếp trước, hoàng-hậu là một bà góa nghèo, hàng ngày đi nhặt từng hạt cơm do người vứt bỏ dưới đất mang về rửa sạch mà ăn. Thiên-Thần thấy người nghèo mà còn biết tiếc phúc, bèn tâu cùng Đức Ngọc-Đế hay, cho nên hoàng-hậu kiếp này được hưởng cảnh phú quý đấy.

📖 *Châu-Phúc-Tận, người đời Minh, xuất thân trong một gia đình nghèo nàn, cha mẹ mất sớm, một mình sống trong cảnh cô-đơn khổ sở. Năm 40 tuổi, tự nhiên hiểu được lai lịch kiếp trước của mình, cảm thấy sinh tử vô thường mới tìm đến Bạch-Vân-Quan ở thành Bắc-Kinh xuất gia.*

Trưởng-lão trong chùa này là một vị cao nhân, biết được Châu-Phúc-Tận là sao Tử-Vi xuống phàm, chỉ vì hưởng thụ thái quá, không thể trở về Trời mà phải lưu lạc chốn hồng-trần Trưởng-lão nghĩ rằng, nếu không đọa đày cho cực khổ thì Châu-Phúc-Tận khó mà trở về bổn vị nên mới nói với Châu-Phúc-Tận:

- Con có biết tu hành là một việc cực khổ chăng? Phàm việc gì người thường không thể nhịn thì người tu hành phải nhịn, việc gì người thường không chịu

được thì người tu hành phải chịu lấy. Phải ăn cay nuốt đắng mới có thể liễu được nghiệp của kiếp trước, con có chịu được chăng?

Châu-Phúc-Tận đáp:

- Bạch thầy, con hiểu. Cúi xin thầy từ-bi thu nhận con theo Thầy học đạo.

Đạo-Trưởng sai Châu-Phúc-Tận chuyên lo việc đổ nước đái, quét nhà xí và làm những công việc nặng nhọc, Châu-Phúc-Tận ngày đêm làm lụng vất vả, thế mà thường bị sư-phụ trách phạt, nhưng trong lòng vẫn không một chút oán hờn. Nhiều người trong chùa thấy ngộ cảnh của Châu-Phúc-Tận đều tỏ lòng thương xót và bất mãn với Thầy mình.

Vì làm lụng vất vả, nên ở chùa mới có một năm thì Châu-Phúc-Tận đã lâm bệnh. Có đệ-tử báo cho Đạo-Trưởng hay, Đạo-Trưởng chẳng những không tỏ lòng thương xót, mà còn nói với chúng đệ-tử rằng:

- Chớ nên kiếm thuốc thang cho nó, cứ để nó chết tự nhiên, chết càng sớm càng tốt.

Chúng đệ-tử nghe thầy mình nói thế, đều oán giận trong lòng, nhưng không dám nói ra. Qua vài này sau thì Châu-Phúc-Tận chết.

Khi Đạo-Trưởng hay tin Châu-Phúc-Tận đã qua đời, dặn một đệ-tử lấy sợi dây thừng buộc vào cổ của Châu-Phúc-Tận và nói:

- Các con hãy kéo xác của Phúc-Tận đi qua hang chó, ra ngoài 40 dặm đến biển Đông-Hải và vứt xác nó ra ngoài biển, và nên nhớ không được mặc áo quan cho nó, chớ nên trái mệnh.

Chúng đệ-tử nghe lời thầy, kéo xác của Châu-Phúc-Tận đi từ hang chó ra đến biển Đông-Hải, nhưng trong lòng đều oán giận sư-phụ mình. Khi đi được nửa đường, vị đại sư huynh lên tiếng nói:

- Sư-phụ thường dạy ta rằng, người xuất gia phải lấy hai chữ từ-bi làm gốc, nhưng lòng của sư-phụ thì lại bất nhân như thế. Châu-Phúc-Tận chẳng phạm tội gì mà bị thầy ta hành hạ đến chết, khi chết rồi không cho người làm lễ mai táng. Chúng ta dẫu sao cũng có tình sư huynh đệ với Phúc-Tận, ta hãy kiếm một bộ đồ mới và một chiếc quan tài để khâm liệm và kiếm một chỗ tốt để mai táng cho sư đệ, để nó được yên nơi suối vàng, như thế ta cũng làm tròn được tình đồng-môn. Khi về chùa, nếu ta không nói thì sư-phụ cũng không thể biết được.

Mọi người đều đồng ý và làm theo lời của vị sư-huynh, quên mất lời dặn của sư-phụ mình. Khi mọi việc xong xuôi, trở về đến chùa, mọi người tưởng rằng thầy mình không biết được sự tình. Ai ngờ khi mới vào chùa thì thấy Đạo-Trưởng bước ra, giận rằng:

- Mấy ngươi sao dám trái lệnh ta, mấy ngươi đã làm hại vị môn đồ tốt của ta rồi, có biết chăng?

Chúng đệ-tử không ai dám nói năng, Đạo-Trưởng lại nói tiếp:

- Các con làm như thế tưởng là thương hại cho Phúc-Tận, có biết đâu làm như thế là hại nó. Thầy biết được nó là sao Tử-Vi xuống phàm, chỉ vì hưởng thụ thái quá mà không biết tiếc phúc, nên không thể trở về bổn vị, cho nên thầy mới hành hạ nó, không cho nó ăn no mặc ấm, mục đích là liễu trừ nghiệp trước của nó đã làm để khỏi chịu nghiệp báo trong kiếp sau. Mấy con không hiểu, cho rằng thầy là người tàn nhẫn bất nhân, kiếp trước nó ngộ sát nhiều người, kiếp sau sẽ chịu quả báo. Thầy sai mấy con kéo cổ nó từ hang chó ra ngoài bốn chục dặm, để kiếp sau nó miễn được nạn đao binh, vứt xác nó xuống biển để sau này nó đầu thai làm vua nước ngoài hưởng cảnh phú quý. Phải trải qua một kiếp như vậy nó sẽ hoàn được bổn vị. Mấy con không rõ đạo Trời, lại tưởng rằng thầy không thương nó.

Ngưng một lúc, Đạo-Trưởng lại than rằng:

- Vận mệnh nhà Minh sắp sửa suy đồi, mấy con chôn cất nó như vậy, sau này nó sẽ đầu thai làm vua nhà Minh. Ôi! Làm vua trong thời loạn ly thật là bi thương, còn khổ hơn làm dân đen nữa, sau này lại chết bất đắc kỳ tử.

Chúng đệ-tử nghe xong lời của Đạo-Trưởng, mới hối hận về việc mình đã làm, tất cả đều quỳ xuống bạch rằng:

- Bạch thầy, chúng con ngu dốt làm trái lệnh thầy, tội thật đáng chết. Cúi xin thầy từ-bi xá tội.

Đạo-Trưởng nói:

- Âu cũng là kiếp số của Châu-Phúc-Tận. Thiên-lý tuần hoàn, một khi đã tạo nghiệp rồi thì Thiên-Tiên và phàm phu cũng đều như nhau.

Sau khi Châu-Phúc-Tận chết, đầu thai vào chốn hoàng cung làm thái-tử, về sau lên nối ngôi là vua Sùng-Trinh vị vua cuối cùng của nhà Minh.

Thời kỳ Minh mạt, giặc giã nổi lên khắp nơi, quân Mãn-Thanh cũng nổi dậy đánh phá quân Minh. Về sau hoàng-cung bị tên giặc Lý-Tự-Thành đem binh vây hãm, Vua Sùng-Trinh trong cơn nội ưu ngoại hoạn ấy, phải thắt cổ tự vẫn mà chết. Làm vua chưa đầy 15 năm, phải nhìn cảnh nước mất nhà tan. Quả thật đáng thương!

3) **Lao** là lao động, **nhiễu** là sự phiền nhiễu, **chúng-sinh** chỉ người lẫn vật. Sai người hay bắt vật làm việc lao động giúp mình đều phải có lúc và không thể quá sức. Như thế người vui ta cũng được việc. Nếu sức người yếu kém mà bắt người làm việc nặng nhọc…. thì thuộc lao nhiễu vậy.

☼ ☼ ☼

❀ **Phá nhân chi gia thủ kỳ tài bảo, Quyết thủy phóng hỏa dĩ hại dân cư.**

[Thích nghĩa]

Hại người tán gia bại sản sau đó chiếm lấy tài vật, Phá đê làm hại mùa màng, phóng hỏa đốt nhà để hại người không nơi trú ngụ.

<u>Chú:</u> 1) **Tài** là tiền bạc, **bảo** là vật quý (ngọc ngà châu báo). Giàu nghèo có số, mệnh không có mà mưu kế hại người để đoạt, dù lấy được cũng không lâu dài. Tục ngữ có câu: "Của phi nghĩa có giàu đâu". Chẳng những không giàu, mà còn di họa cho con cháu.

2) Nhà là nơi để tránh nắng che mưa, là tổ ấm và cũng là tài sản của loài người. Trộm cắp vào nhà chỉ mất tiền bạc, nạn lụt lội hỏa hoạn chẳng những nhà cửa tiêu tan, sinh mạng của người hại người không nhẹ, do đó tội quá cũng nặng.

📖 Ngày xưa Lương Võ-Đế nghe lời của Vương-Túc, đắp đê chắn nước sông Hoài để công đất Thọ-Dương. Nước lớn đê vỡ, trên chục vạn người trong thành

Hoài đều lâm nạn. Về sau Lương Võ-Đế bị Hầu-Cảnh làm phản vậy ở Đài-Thành mà chết. Vương-Túc cũng bị nạn diệt tộc.

☼ ☼ ☼

❀ **Văn loạn quy mô dĩ bại nhân công, Tổn tha khí vật dĩ cùng nhân dụng.**

[Thích nghĩa]

Làm loạn quy cũ, khuôn phép của người, để công lao khổ cực của người trở nên thất bại, Làm hư tổn đến vật dụng của người, để người không được sử dụng.

Chú: 1) *Văn loạn* là làm cho sai lầm, làm loạn. *Quy* là quy cũ, *mô* là mô phạm. Đó là chương trình, hay kế hoạch mà người đã soạn thảo và hoạch định, là tâm huyết kết tinh từ bao nhiêu kinh nghiệm của đời người mới có được, là khuôn phép mẫu mực để đi đến thành công. Người quân-tử luôn nghĩ đến trị thế, mưu cầu sinh lợi cho đời, là lòng công. Kẻ tiểu-nhân thì nghĩ đến loạn để được thời, nên văn loạn quy mô của người để lấy danh lợi cá nhân. Có biết đâu, vì cái lợi riêng tư của mình mà tạo nên cái họa cho nước.

2) Vì mượn cầu không được mà sinh lòng oán giận, vì đồng nghiệp sinh lòng đố kỵ, hay vì thấy người có mà ta không, nên sinh lòng bất bình mà hủy hoại vật dụng của người, đều tránh không khỏi báo ứng.

☼ ☼ ☼

❀ **Kiến tha vinh-quy nguyện tha lưu biếm, Kiến tha phú-quý nguyện tha phá tán.**

[Thích nghĩa]

Thấy người được vinh-hiển, cầu mong cho người bị thất bại, lưu biếm, Thấy người có được phú-quý giàu sang, cầu mong cho người bị phá sản.

Chú: **Lưu** *là bị lưu đày,* **biếm** *là bị giáng chức. Vinh hoa phú quý là do mệnh, không thể cường cầu. Người tích đức được nhiều kiếp, hoặc là do siêng năng cần* mẫn làm nên. Kiếp trước trồng phúc kiếp này được hưởng, phúc lớn thì vinh quy được lâu dài, phúc ít thì hưởng ngắn, đó là số mạng của từng người mà không phải vì lời nguyền rủa của một người nào bị lưu biếm hay phá sản. Nguyền rủa người chưa chắc được như ý muốn, nhưng tự mình đã mang tội với Trời.

● **Kiến tha sắc mỹ khởi tâm tư chi, Phụ tha hóa tài nguyện tha thân tử.**

[Thích nghĩa]

Thấy nữ giới có sắc đẹp, trong lòng bèn suy nghĩ đến chuyện tà dâm, Mắc nợ của người thì mong chủ nợ chết sớm để khỏi trả.

Chú: 1) Sắc là đao búa hại người, nên người quân-tử phòng sắc như phòng hổ, thận trọng mà không dám sơ hở. Thấy sắc động lòng còn không được huống chi là phạm vào tội dâm, nên Cổ-đức có câu: *"Vạn ác dâm vi thủ"*[2], là vậy. Người phạm sắc giới chỉ trong một khoảng khắc, nếu không biết phản-tỉnh, thận-độc thì một ý niệm tà dâm có thể đưa đến chỗ bại đức. Khi mắt thấy, tâm động, hãy suy nghĩ lại cái hại của lòng dục sẽ mang đến, suy tư rồi lại suy tư, như có mắt từ thập phương đang nhìn, tay từ thập phương đang chỉ. Sự thận-độc này có thể làm cho tà niệm lắng xuống mà tránh được họa.

Kinh Phật viết: Thấy người lớn tuổi thì xem như người chị, gặp người nhỏ tuổi thì xem như người em gái trong nhà, lòng tự nhiên sẽ diệt.

Một học trò của Vương-Khê biết mình hay động lòng tà dâm, một hôm hỏi Vương-Khê về phương pháp trị bệnh này. Vương-Khê đáp: Giả sử trong phòng có kỷ nữ đẹp, người thấy tự nhiên động lòng tà, nhưng nếu nghĩ rằng người trong phòng trướng là con em của mình, thì lòng dâm lập tức tiêu tan.

Vạn sự đều do tâm sanh, nếu miệng không nói đến việc phi lễ, tâm không nghĩ đến việc phi lễ, mắt không nhìn đến việc phi lễ, thân không làm việc phi lễ, thì tà niệm từ đâu mà sinh? Gặp sắc mà không sinh lòng dâm, phúc đức sẽ theo sau.

---

[2] Dâm đứng đầu trong mọi thứ ác.

📖 Vương-Hoa, người tỉnh Chiết-Giang đời Minh, tính đốc hậu, phụng dưỡng mẹ già chí hiếu. Thời thanh niên dạy học tại một trường tư thục trong làng, chủ trường tuổi già quá trung niên, tuy có thê thiếp, nhưng vẫn chưa có được một mụn con. Thấy Vương-Hoa tuổi trẻ tài cao, nên sai người thiếp đẹp ăn nằm cùng Vương-Hoa để cầu con nối dõi tông đường. Một hôm, người thiếp bén lẻn đến phòng của Vương-Hoa và trao lá thư của người chồng đã viết để tỏ tình. Vương-Hoa mở lá thư xem thấy có năm chữ: "Dục cầu nhân gian chủng" (muốn cầu giống thế gian), hiểu được ý của chủ trường, bèn lấy giấy bút viết lên năm chữ để cự tuyệt: "Duy khủng Thiên thượng Thần" (Lo sợ thần trên trời). Ngày hôm sau, Vương-Hoa vì sự việc này mà từ chức.

Chủ trường thấy sự việc không thành, thỉnh một đạo-sĩ đến nhà lập đàn cầu tự. Đạo-sĩ đọc chú cầu nguyện xong bèn cúi đầu quỳ lạy, nhưng qua một thời gian vẫn không thấy ngồi dậy. Chủ trường hoảng sợ, liền tiến gần đạo-sĩ để xem xét sự tình. Vừa đến bên cạnh thì đạo-sĩ đứng dậy.

Chủ trường hỏi rõ nguyên do, đạo-sĩ đáp:

- Trên đường đến Thiên-đình thì gặp lễ nghinh tiếp trạng-nguyên, nên về trễ.

Chủ trường lại hỏi:

- Trạng-nguyên năm nay là người nào vậy?

Đạo-sĩ:

- Nghe Thần trên Trời đọc hai câu thơ: "Dục cầu nhân gian chủng, Duy khủng Thiện thượng Thần".

- Chủ trường biết được ý nghĩa của hai câu này là chỉ Vương-Hoa. Năm đó, Vương-Hoa quả nhiên trúng trạng-nguyên. Về sau thân-mẫu cuả Vương-Hoa sống đến trăm tuổi mới tạ thế, con là Vương-Dương-Minh, người chủ trương học thuyết Tri hành hợp nhất, làm quan đến chức Binh-Bộ Thượng-Thư mới về hưu.

2) Người ta cho mượn tài vật, giúp ta tránh được hoạn nạn, khỏi cơn nguy cấp, là người có ơn với ta. Thiếu nợ mà không trả, mang ơn mà không báo đáp mà lại còn mong người chết sớm để được thoát nợ, chẳng bội bạc và độc ác lắm sao! Kinh Phật viết: "Nợ người tám lượng trả nửa cân". Kiếp này không trả thì kiếp sau vẫn phải hoàn. Tránh không khỏi luận nhân quả.

✿ **Can cầu bất toại tiện sanh chú hận, Kiến tha thất tiện tiện thuyết tha quá.**

[Thích nghĩa]

Khi lòng cầu người không được toại nguyện thì sinh lòng nguyền rủa, oán giận. Thấy người sa cơ thất thế thì bàn luận đến khuyết điểm và lỗi lầm của người.

<u>Chú:</u> 1) Chí-nhân vô dục, nên không vọng cầu, không vọng cầu nên không oán, vô oán nên thường lạc, vui thú tự nhiên. Tiểu-Nhân gia dục nên đa cầu, đa cầu nên đa oán. Việc đời trên thế gian mười phần có đến tám phần không được như ý, không vừa ý thì sinh lòng oán hận. Cầu người là đi nhờ người nhưng giúp hay không là quyền của người. Mượn tiền người không được toại thì trách người bủn xỉn, keo kiệt. Cầu người không được người giúp thì trách người vô tình, như thế chẳng phải tự mình tìm lấy sự phiền não hay sao!

📖 Đời Tống có người họ Lư đem của hối lộ cho Vương-Đán để cầu xin một chức quan nhỏ ở Giang-Hoài.

Vương-Đán nói:

- Ông không có tài làm sao tôi có thể tiến cử cho ông được, chẳng lẽ ta vì nhận tiền của ông mà làm trái luật nước hay sao?

Lư căm giận Vương-Đán, về nhà thắp nhang ngước mặt lên Trời nguyền rủa cho Vương-Đán gặp nạn và chết sớm. Tối hôm đó Lư mơ thấy Thần đến quở trách:

- Vương-Đán là người trung hiếu lưỡng toàn, làm quan thanh-liêm, ngươi nguyền rủa người trung lương, Ngọc-Đế lấy lời nguyền ác độc đó trị tội ngươi. Vài ngày sau, Lư vô cớ bạo bệnh mà chết.

2) Trên đời có mấy ai được hoàn mỹ và toàn thiện, người thường chúng ta khi có chỗ sai thường hay tự bào chữa lấy mình, người có chỗ không đúng ta lại đem lòng chê bai nói xấu, như thế chẳng bất công lắm sao! Nếu đem lòng trách người để trách mình, đem lòng bào chữa cho mình mà bào chữa cho người thì thiên hạ sẽ không còn oán thù.

❁ **Kiến tha thể tướng bất cụ nhi tiếu chi, Kiến tha tài năng khả xưng chi ức chi.**

[Thích nghĩa]

Thấy ngũ-quan, tứ-chi của người không được chọn vẹn thì sinh lòng chê cười. Thấy người có tài năng được trọng dụng, bèn tìm cách đè ép ngăn chế, để người không có dịp thi thố.

<u>Chú</u>: *1) Người xấu hay đẹp, lùn hay thấp, mù, điếc hay câm đều là nhân đã gieo từ kiếp trước. Trường hợp tướng mạo của ta xấu xí, hay tứ-chi ngũ-quan có chỗ khiếm khuyết, ta cảm thấy mặc cảm tự-ti. Ta nào muốn như thế, cha mẹ ta cũng muốn sinh ta như thế? Nếu bị người chê cười, lòng ta sẽ ra sao? Câu tục ngữ "cười người chớ có cười lâu, cười người hôm trước hôm sau người cười", đã hàm chứa ý nghĩa nhân quả trong đó. Hôm nay ta cười người, biết đâu ngày mai ta cũng bị người chê. Hiện nay nhiều nước Âu Mỹ có luật không được kỳ thị người tàn tật, bãi đậu xe phải có chỗ dành riêng cho người phế tật, cơ quan chính phủ cũng như nhiều công ty tư nhân đều có điện thoại dành riêng cho người câm điếc, để những người không may mắn vì bị thương hay phế vẫn có được một nếp sống như người thường. Thật là một điều hay vậy.*

Lư-Kỷ là tể-tướng của vua Dục-Tông đời Đường, người chẳng những xấu xí lại có thêm một bộ mặt màu xám. Mọi người lúc đầu gặp Lư-Kỷ đều tưởng là đã gặp phải quỷ. Lối ăn mặc của Lư-Kỷ cũng thật là cầu kỳ, nhìn vẻ ngoài ai cũng cho rằng Lư-Kỷ là người đạm bạc thanh liêm, nhưng sự thật thì khác hẳn, ông ta là một người nham hiểm trong triều.

Vào niên hiệu kiến-trung năm thứ nhất, Lư-Kỷ giữ chức ngự-sử trung thừa, đương lúc Quách-Tử-Nghi bị bệnh, Lư-Kỷ mang theo lễ vật đi thăm Quách-Tử-Nghi. Quách-Tử-Nghi là vị lão-tướng bốn triều, công-huân rất lớn, nên khi ông bị bệnh, bá quan trong triều đều đến thăm ông. Nằm trên giường bệnh, ông không thể ra ngoài tiếp đón nên sai thê thiếp và người nhà tiếp khách. Nhưng khi hay tin Lư-Kỷ đến thăm mình thì Quách-Tử-Nghi dặn thê thiếp và nữ giúp việc trong nhà đều không được đến phòng khách cũng như đến gần phòng của ông, để một mình ông ở trong phòng nói chuyện với Lư-Kỷ. Sau khi Lư-Kỷ ra về người nhà mới hỏi tại sao ông lại làm như thế và có dụng ý gì.

Quách-Tử-Nghi đáp:

Lư-Kỷ là một người có tài nhưng tướng mạo xấu xí và lòng dạ hiểm độc. Tính đàn bà thường hay đùa cợt, nếu để thê thiếp nô tì trông thấy, có người không nhịn được thế nào cũng cười, như thế thì Lư-Kỷ sẽ oán hận trong lòng, sau này khi đắc thế thì ta sẽ tránh không khỏi họa.

Quả nhiên không ngoài sự phán xét của Quách-Tử-Nghi, về sau Lư-Kỷ được vua Dục-Tông sủng thích, ông được thế và giết hại những người đã từng cười nhạo ông, chỉ có Quách-Tử-Nghi vì biết trước nên tránh được họa.

2) Bài và biếm chỉ người đã có địa vị mà tìm cách bài xích. Ức chế là chỉ người đang cầu tiến mà tìm cách ngăn trở hành động tuy khác nhưng lòng ác thì như nhau, đều vì đố kỵ mà ra.

❀ Mai cổ yếm nhân, Dụng dược sát thụ.

[Thích nghĩa]

Dùng bùa ngãi tà thuật để hại người, Dùng thuốc độc để giết cây cối.

Chú: *1) Bùa ngãi vu thuật thuộc tà, nên người chánh đạo không học. Người biết cũng không dùng. Đạo-Kinh viết: Người tu đạo biết bùa ngãi mà không dùng thì dễ gặp chân-sư, đắc chân pháp.*

2)Thực vật cũng như động vật, đều có linh hồn. Cổ thụ lâu năm, hấp thụ tinh hoa của trời đất, là nơi nương náo của quỷ thần, không nên đốn chặt. Lấy gỗ để dùng vào việc hữu ích mà đốn cây là tận cái dụng của cây, nên không tổn đến hòa khí của trời đất. Nếu vì lòng thù hằn mà dùng thuốc giết cây thì phạm luật Trời.

🌸 **Khuế nộ sư-phó, Để xúc phụ huynh, Cường thủ cường cầu, Háo xâm háo đoạt, Lỗ được trí phú.**

[Thích nghĩa]

Vô lễ và sinh lòng giận hờn với bậc thầy, bất hiếu với cha mẹ, Xung đột với bậc huynh trưởng, Số mình không có, mà dùng võ lực hay mưu kế để chiếm đoạt, cố cầu cho kỳ được, Tính hay xâm lấn, cưỡng đoạt tài vật của người, Hành nghề cướp bóc để làm giàu.

Chú: 1) Giáo hóa là **sư**, truyền nghiệp là **phó**, người dạy lý cho ta, truyền nghề cho ta tức là thầy của ta. Cha mẹ nuôi dưỡng ta, nếu không có thầy dạy ta thì không thể lập thân ở đời. Cho nên ơn nghĩa của bậc thầy ngang hàng với cha mẹ, nên phải tôn kính. Oán giận sư phó cũng như ngỗ nghịch với cha mẹ vậy, đều mang tội bất kính.

2) **Để** là chống đối, **xúc** là xung đột. Con cái đối với cha mẹ, em đối với anh chị phải có lòng kính mà không thể có lòng khinh, lẽ nào lại chống đối mà phạm tội ngỗ nghịch bất kính. Khi bậc phụ huynh có chỗ sai lầm, bổn phận làm con em chỉ có thể thuận khuyên mà không thể nghịch cãi. Nặng lời lớn tiếng, trợn mắt giẫm chân, chê bai cãi lời, hay oán hận... đều là hành động bội luân nghịch lý phải tránh.

3) Thủ lấy hợp nghĩa, cầu xin có lý là chuyện thường tình, thủ lấy không được, cầu xin không có, mà cố lấy cố xin đều thuộc phi lý phi nghĩa. Giàu nghèo số định lẽ nào có thể dùng mưu để xâm chiếm, hay lấy sức để cưỡng đoạt được sao.

📖 *Ngày xưa, Triệu-Vệ công trong thời hàn vi, nhà nghèo không đủ sức nuôi dưỡng mẹ già, hai vợ chồng ôm nhau mà khóc. Một hôm nhặt được một nén bạc 25 lượng, gia đình tránh được cơn đói. Sau Vệ-Công được làm quan, với lương bổng là 100 lượng bạc một tháng. Nhưng lương đầu tháng Vệ-Công chỉ nhận được 3 nén, thiếu đi 25 lượng, Vệ-Công định cật vấn vị quan phát lương. Đêm hôm đó có Thần đến nói:*

- Nén bạc mà tướng quân đã nhặt được là trích từ lương bổng của tướng-quân, cho nên tháng đầu bị trừ, từ tháng sau trở đi tướng quân sẽ lãnh đủ một trăm lượng không thiếu.

Vệ-Công đem chuyện này nói với đồng-liêu và khuyên người không nên cường thủ cường cầu.

4) **Lỗ lược** là hành động cướp đoạt trái phép. Hà khắc làm giàu, gia sản còn bị hao tán, giết người phóng hỏa, cướp giật làm giàu, tội ác còn nặng hơn.

☼ ☼ ☼

● **Xảo trá cầu thiên, Thưởng phạt bất bình, Dật lạc quá tiết.**

[Thích nghĩa]

Dùng thủ đoạn xảo trá để mưu cầu thăng quan tiến chức, Thi hành thưởng phạt không được công bằng, Hưởng lạc thái quá mà không có tiết độ.

Chú: 1) Thăng giáng có số, danh vị có phận, không phải do xảo trá mà cầu được. Nếu không lấy đạo nghĩa mà dùng thủ đoạn để đạt đến mục đích, dù có được địa vị nhưng tâm thuật bất chính vẫn không giữ được lâu dài.

2) Công có lớn có nhỏ, tội có nặng có nhẹ, nên thưởng phạt có hậu có bạc. Thưởng phạt phải căn cứ vào công tội, công và tội lại căn cứ vào thiên lý mà định. Cho nên người quân-tử dùng tâm để phán xét, dùng lý để cân nhắc, không thiên vị nhân tình, không muội thiên lý, nên thưởng phạt công bình. Tiểu-nhân không xét lý, lấy nhân tình làm khinh trọng, lấy của hối lộ làm hậu bạc, nên thưởng phạt bất công, nghịch với thiên lý mà tự chuốc lấy họa.

3) **Dật** là an-dật, chỉ sự hưởng nhàn, **lạc** là hỉ-lạc, chỉ sự hưởng lạc, **tiết** là tiết-độ, có chừng mực. An nhàn hưởng lạc mọi người đều muốn, nếu có tiết độ thì sẽ hưởng thụ lâu dài. Nếu thái quá thì lạc cực sẽ sinh bi. Như lấy lương của một tháng tiêu trong một ngày, tuy được sung sướng hả hê trong một ngày, nhưng vui thú của ngày hôm nay sẽ là cái khổ của những ngày kế tiếp. Người có phúc một đời nhưng nửa đời đã dùng hết thì nửa đời sau sẽ cùng quẫn vậy.

☼ ☼ ☼

❀ **Hà ngược kỳ hạ, Khủng hách ư tha.**

[Thích nghĩa]

Hà khắc và ngược đãi với cấp dưới, Khủng bố dọa nạt, làm người lo sợ không yên.

Chú: 1) *Người tuy có sang hèn nhưng thân người như nhau, đều do cha mẹ sinh, biết đau khổ, biết vinh nhục. Người đã ở dưới ta, giúp việc cho ta, thì phải thương như con cháu trong nhà, có chỗ không đúng thì dạy bảo dìu dắt, người sẽ cảm ơn và trung thành với ta. Còn như lăng nhục thuộc hạ, hay đánh đập nô bộc đều là hành động hà khắc bạo ngược, người dễ phản ta, Trời cũng sẽ họa ta.*

2) Gặp người trong cảnh nguy nan lo sợ, đem lòng an ủi để người được yên, đó là lòng nhân. Thấy người thất thế, thừa cơ khủng hách, hăm dọa để làm lợi hay để trả thù, là những điều không nên làm.

☼ ☼ ☼

❀ **Oán Thiên vưu nhân, Ha phong mạ vũ.**

[Thích nghĩa]

Khi sự việc không được như ý thì đem lòng oán Trời trách người, chửi gió mắng mưa.

Chú: 1) **Oán** *là sự bất bình,* **vưu** *là quy lỗi cho người. Đắc thất ở trong lòng người, phúc họa căn nơi thiện ác, phú quý bần tiện là nhân của kiếp trước, đều do chính mình tự tạo. Chỉ có tiến đức tu nghiệp mới có thể xoay vần đổi cơ, trái lại đã không phản tỉnh ở nơi mình mà lại đem lòng oán Trời trách người thì họa càng lớn, và tội càng nặng.*

📖 *Ngày xưa có chàng Vương-Sinh, ăn chay niệm Phật đã ba năm. Chẳng may mắc phải một chứng bệnh lạ, khắp mình đều sinh mụn độc, ngứa ngáy khó chịu.*

Một người bạn chí thân của Vương-Sinh đến thăm và an ủi rằng:

- Anh ăn chay, thành tâm niệm Phật như vậy, chư Phật Bồ-Tát thế nào cũng phù hộ, tôi tin rằng chẳng bao lâu bệnh anh sẽ khỏi.

Vương-Sinh nói:

- Ta ăn chay đã ba năm, chẳng những không được một mảy phúc nào, mà lại mắc phải cái bệnh khốn nạn này, đủ thấy ăn chay có ít gì đâu. Lời Phật nói đều là dối người cả.

Người bạn nói:

- Anh chớ nên nói thế, ăn chay có công-đức ấy, ít ra anh đã không kết oán với lục súc. Nếu anh không lấy công-đức đó thì anh đem bán lại cho tôi.

Vương-Sinh ngạc nhiên hỏi:

- Ăn chay làm sao bán được, và bán như thế nào?

Người bạn trả lời:

- Tôi trả cho anh một ngày chay một phân tiền, anh ăn ba năm, cả thảy là mười lạng tám đồng tiền. Nếu anh đồng ý bán thì anh viết tờ khế ước cho tôi, tôi sẽ trả cho anh với số tiền đó.

Vương-Sinh nghĩ thầm: chàng này ngốc thật, có ai đi mua cái chay của người ta bao giờ đâu. Nay nó muốn mua thì ta cũng bán cho, vì đối với ta chẳng có thiệt thòi gì cả. Nghĩ xong, bèn nói với người bạn rằng:

- Nếu anh cho rằng cái ăn chay của tôi bán được, tôi bằng lòng bán cho anh.

Vương-Sinh viết tờ khế ước cho người bạn, hai bên đồng ý giao dịch với nhau. Chàng Vương lấy được số tiền, trong lòng mừng rỡ muôn phần, quên hết nỗi khổ cực của mình và nghĩ rằng: "với số tiền này, ta có thể mời lương y đến trị bệnh".

Trong tối hôm đó, khi đi ngủ, Vương-Sinh mơ màng thấy hai con quỷ sứ đến bên cạnh giường nạt rằng:

- Tuổi thọ của ông đã mãn vào mười tháng trước, nhưng vì ông ăn chay mới kéo dài được, nay ông không tiếp tục niệm Phật học đạo mà lại còn cho rằng ăn chay là vô ích, đem công ăn chay đổi chác cho người, tự mình làm đứt Phật căn. Nay số ông đã tới, hai ta vâng lệnh Diêm-Vương đến bắt ông, hãy đi theo ta đến âm phủ trình diện.

Hai tên quỷ nói xong, liền dắt Vương-Sinh đi. Vương-Sinh hoảng hồn, quỳ xuống van xin.

- Cuối xin hai vị cho tôi hoãn lại một ngày, đặng tôi trả lại số tiền cho người bạn, hủy tờ khế ước và tiếp tục ăn chay trở lại.

Hai tên quỷ vô-thường bằng lòng cho Vương-Sinh hoãn lại một ngày. Chàng Vương mừng rỡ muôn phần. Hôm sau bèn đi gặp người bạn và nói rõ tình hình của mình, đồng thời giao trả lại số tiền đã nhận cho người bạn để lấy lại tờ khế ước.

Người bạn nói:

- Ta đã đốt tờ khế ước trước bàn thờ, cáo cùng chư Phật Bồ-Tát rồi.

Chàng Vương đi về nhà với bộ mặt sầu thảm. Bệnh tình từ đó lại càng nặng thêm, không bao lâu rồi chết.

2) Trời đất sinh người sinh vật, lấy sấm sét gió mưa để ứng bốn mùa và hóa dục muôn vật. Sấm sét có thời, gió mưa có lúc, đó là sự vận chuyển của cơ trời. Lòng người ăn ở hiền lành thì thiện khí xung thiên nên gió thuận mưa hòa. Nếu lòng người ác thì ác khí xung thiên nên mới có mưa giông bão tố. Đó là lòng người đã "cảm" nên lòng Trời mới "ứng". Há có thể nguyền rủa ông Trời bất công!

● **Đấu hợp tranh tụng, vong trục bằng đảng**

[Thích nghĩa]

Gây chuyện thị phi để hai bên sinh việc tố tụng mà đứng giữa trục lợi, kết bè lập đảng, theo người làm việc phi pháp, nguy hại đến an ninh quốc gia.

Chú: 1) **Đấu** là dùng kế làm cho hai bên bất hòa sinh oán, **hợp** là đứng ở giữa làm hòa cho đôi bên. Đó là làm cho hai bên thù nghịch mà sinh việc tố tụng rồi đứng giữa làm hòa để trục lợi.

2) **Vọng** là không phân biệt phải trái, **trục** là đi theo. Người cùng chí là **bằng**, hợp bằng mà thành **đảng**. Khi có bằng đảng tất có sự đối lập, như nước lửa không hợp, và loạn từ đó mà ra. Ngoài quân-tử lấy đạo làm bằng, lấy đức làm đảng mà không a dua theo bè phái. Kẻ tiểu-nhân thì khác hẳn, vì lợi mà kết bè

đảng và mong cho thiên hạ loạn để tranh quyền đoạt lợi, có biết đâu xã hội vì thế mà loạn, nước vì thế mà nguy.

☼ ☼ ☼

❀ **Dụng thê thiếp ngữ, vi phụ-mẫu huấn, Đắc tân vong cố**

[Thích nghĩa]

Nghe lời của thê thiếp mà làm trái lời giáo huấn của cha mẹ, không biết ôn cố tri tân, khi được cái mới thì bỏ quên cái cũ.

<u>*Chú:*</u> *1) Vợ chánh là **thê**, vợ lẽ là **thiếp**. Thê thiếp là người cùng bậc với ta, phụ giúp ta trong việc dạy dỗ con cái, phụng dưỡng cha mẹ và lo việc nội trợ. Cha mẹ là người sinh ta ra, nuôi dưỡng ta, cưới hỏi cho ta, dù quý như bậc vua chúa nhưng cha mẹ lúc nào cũng là bậc trên của ta, phải phụng sự sớm chiều. Lời của thê thiếp phải suy nghĩ phán xét, lời bất chánh thì không nên theo, hợp lý thì nên nghe nhưng phải đẹp lòng cha mẹ. Trong trường hợp cha mẹ có lỗi lầm, bổn phận làm con chỉ có thể khuyên gián mà không thể chỉ trích để cha mẹ được vui lòng. Đó là đạo hiếu. Nghe lời thê thiếp mà đi nghịch lý với cha mẹ thì xem cha mẹ là cừu địch, và thê thiếp là ân nhân, đó chẳng phải bội luân hay sao!*

2) Cố là xưa, cũ. Cái cũ bây giờ là cái mới của lúc trước. Tình bạn bè, vợ chồng không có cũ và mới, nếu tồn thiên lý thì lòng chung thủy của người không vì cũ mới mà thay đổi. Được mới mà quên cũ thì thiên lý trong lòng người đã bị lu mờ mà mất đi nhân nghĩa, trở nên vong bản. Mất đi nhân nghĩa thì người thân sẽ thành người lạ, bạn sẽ biến thành thù.

☼ ☼ ☼

❀ **Khẩu thị tâm phi, tham mạo ư tài, khi võng kỳ thượng.**

[Thích nghĩa]

Khẩu Phật tâm xà, lời nói không đi đôi với việc làm, tham của háo tài khi giấu lừa gạt cấp trên.

Chú: *1) Quân-tử và tiểu-nhân khác nhau ở chỗ tồn tâm, tâm vô hình không thể thấy nhưng xét về sự việc thì từ chỗ quang-minh và ám-muội mà biết được sự tồn tâm là chánh hay tà. Lời nói phát xuất từ tâm, xét tâm thì biết được lời nói là thực hay dối.*

2) **Tham** *là lòng hay ham muốn,* **Mạo** *là hay không có mà cố tìm cách để chiếm lấy, đạt được. Làm quan mà bóc lột nhân dân, hối lộ tham nhũng, biển thủ công quỹ đều thuộc hành động gạt dưới lừa trên. Vì đã sinh lòng tham nên phải che giấu sự thật.*

☼ ☼ ☼

❀ **Tạo tác ác ngữ, Sàm hủy bình nhân.**

[Thích nghĩa]

Bịa đặt lời xấu, Gièm siểm, hủy báng để phê bình người.

Chú: *1) Người có lỗi ta còn phải tìm cách bao dung che dấu, mong người có cơ hội hối cải. Người vô cớ ta lại bịa đặt lời xấu hại người, chẳng oan lắm sao.*

Miệng người dễ phạm bốn điều tội lỗi, là **ác-khẩu**[3]*,* **lưỡng-thiệt**[4]*, **ỷ-ngôn**[5], và* **vọng-ngữ**[6]*. Đó là khẩu nghiệp.*

Lời nói không mất tiền mua, khen người một câu dù là một lời tâng bốc, nhưng người nghe như được hóng gió xuân, trong lòng cảm thấy mát dịu. Ác ngữ tuy chỉ một lời nhưng người nghe như gặp phải gió đông, mà cảm thấy lạnh thấu

---

[3] *Lời nói ác độc, như nguyền rủa, chửi bới.*

[4] *Hai lưỡi, gặp ông Giáp nói một đàng, đối với ông Ất lại nói một nẻo, gây chuyện thị phi để người nghi kỵ lẫn nhau.*

[5] *Lời nói thêu dệt bóng bẩy, làm cho người say mê.*

[6] *Lời nói bịa đặc không thật.*

xương. Miệng lưỡi của người sắc bén như dao, có thể giúp người, cũng có thể hại người, há không thận trọng hay sao!

☼ ☼ ☼

❋ **Hủy nhân xưng trực, Mạ Thần xưng chính, Khí thuận hiệu nghịch, Bội thân hướng sơ.**

[Thích nghĩa]

Hủy báng thanh danh của người khác, cho mình là ngay thẳng, Mạ ly Thần-Thánh cho mình là đúng, Vì lợi ích cá nhân mà không hành theo đạo lý, chuyên làm điều trái nghịch, Đi ngược với người thân mà chạy theo người ngoài.

<u>Chú</u>: 1) **Trực** là ngay thẳng, **chính** là không thiên lệch. Chính trực một nghĩa, là công bình ngay thẳng. Một người hành động quang minh lỗi lạc tức là chính trực, kẻ đi hủy người tất không phải là hiền. Chỉ có cải tà quy chánh mới trở thành người hiền, lẽ nào đem lòng hủy báng người mà lại có thể trở thành người chính trực hay sao?

2) Người chính trực mới thành Thần, chẳng lẽ Thần không rõ phải trái mà nghe theo lời dạy bảo và chỉ trích của người hay sao! Đắc tội với Trời thì khó mà van xin.

3) **Khí** là từ bỏ, **thuận** là lẽ phải, **hiệu** là noi theo, **nghịch** là điều trái. Thuận nghịch là phải xét theo lý. Cha mẹ từ, con cái hiếu, vợ hòa chồng thuận, bạn bè giữ tín... đó là đạo làm người mà mọi người đều phải thuận theo. Hợp lý mà không hành, trái đạo mà lại theo, là nghịch với lẽ Trời vậy.

4) **Bội** là phản, **hướng** là theo. Người thân nhất trên đời không ai thân hơn cha mẹ, vợ chồng, anh chị em, kế đến là thân thích. Thân có đẳng cấp, chia trên dưới, biệt xa gần, sơ thì không thân. Hướng thân bội sơ là thiên tính của người. Bội thân là ngỗ, hướng sơ thì nghịch. Ngỗ nghịch trái đạo luân thường. Tỉ như cha mẹ đang trong cơn hoạn nạn mà không lo, lại đi giúp người ngoài ăn sung mặc sướng, như thế là trái đạo.

☼ ☼ ☼

● Chỉ Thiên-địa dĩ chứng bỉ hoài, Dẫn Thần-minh nhi giám hiệp sự.

[Thích nghĩa]

**Trong tâm suy tính đến chuyện bất chính mà còn chỉ Trời đất chứng giám,
Đã làm chuyện nhơ uế xấu xa mà lại thề lạy Thần-minh làm chứng.**

Chú: **Bỉ** là bỉ-ổi, đê hèn, **Hiệp sự** là việc nhơ-nhuốc, xấu xa. Thiên-Địa có chánh-khí, Thần-Minh chánh trực quang minh, lẽ nào lại làm chứng cho những việc nhơ nhuốc xấu xa của người đời.

📖 Đất Từ-Châu có chàng Triệu-sinh lấy người họ Vu. Vu thị có người em gái thường hay đến nhà Triệu-sinh thăm người chị, không bao lâu lại yêu thầm người anh rể, và hai người phát sinh ra cảm tình từ đó.

Một hôm người em gái đánh mất chiếc trâm cài tóc bằng ngọc tại nhà Triệu-sinh, nhưng tìm mãi vẫn không thấy. Người em gái này cho rằng người hầu của chị mình đã lấy cắp. Người hầu bị mắc oan, mới đến một miếu kế cận cầu xin Thần-Minh chỉ dẫn. Vị Tiên đến giáng cơ, là Hà-Tiên-Cô. Tiên-Cô viết:

- Chuyện này không thể nói được.

Gia nhân lại khóc lóc cầu thêm:

- Người phàm không biết mới cầu đến Thần-Tiên, chẳng lẽ Thần-tiên lại để người lành mắc oan hay sao?. Cúi xin Tiên-Cô từ-bi chỉ giúp.

Tiên-Cô viết:

- Về nhà tìm trên giường của chủ nhà sẽ thấy.

Người hầu đem lời của Tiên-Cô về báo cho bà chủ hay. Vợ Triệu-sinh trở về phòng mình, quả nhiên tìm thấy chiếc trâm cài tóc của người em gái mình để trên đầu giường. Người chị đem chiếc trâm trả lại cho em gái và trách người em về tội bất trinh, gian thương với chồng mình.

Người em giận và nói:

- Rõ là người nhà của chị lấy cắp mà chị lại còn vu oan và làm nhục danh tiếc của em.

- Nói xong bèn khóc òa lên, và lấy tay chỉ lên trời thề rằng:

Nếu em có làm chuyện ám-muội với chồng chị thì sẽ bị Thiên-lôi đánh chết.

Người chị tin vào lời thề của người em gái, và đuổi người hầu đi ra khỏi nhà.

Trong đêm hôm đó, Triệu-sinh lại cùng cô em vợ hẹn hò với nhau. Bỗng nhiên mưa to gió lớn, sấm sét đánh vào nhà Triệu-sinh. Vu thị thấy đêm đã khuya mà vẫn chưa thấy người chồng trở về phòng, trong lòng cảm thấy kỳ lạ. Sáng hôm sau thức dậy, Vu thị thấy người chồng và em gái mình đều bị sét đánh chết, hai xác nằm lõa lộ ở hậu sân, thân mình cháy đen, trông thật thảm thương.

❦ Thí dữ hậu hối, Giả tá bất hoàn.

[Thích nghĩa]

Khi đã giúp đỡ hay bố thí cho người rồi, lại sinh lòng hối hận, Mượn tài vật của người mà không trả.

Chú: *Giúp người sau lại hối hận là không có lòng thành, làm việc nghĩa mà nghĩ đến lợi là còn tính ít kỷ, thuộc lòng tà. Người cho ta mượn tài vật giúp ta tránh được cảnh khốn, nếu mượn mà không trả quả thật là người vô nghĩa vậy.*

📖 *Trần-Hi-Di tổ-sư sau khi đắc đạo, biết được quan thái-thú Lưu-Tĩnh là vị ơn nhân của mình trong ba kiếp trước. Vì muốn tìm cách dẫn độ vị ơn nhân này, nên bày một chiếc bàn trước cửa nha-môn của quan Thái-thú để xem tướng cho người qua lại.*

Một hôm Trần-tổ thấy Lưu-Tĩnh cùng với một người hầu đi ra, nên đến nói với Lưu-Tĩnh rằng:

- Diện mạo của đại-nhân kỳ lạ lắm, mời đại-nhân hãy ngồi lại đây để bần-đạo xem tướng cho đại-nhân.

Lưu-Tĩnh thấy dáng của Trần-tổ có vẻ thoát tục, cũng muốn dừng lại nhờ Trần-tổ xem tướng, nhưng ngặt gì trong mình có nhiệm vụ nên trả lời:

- Hôm nay vì bận công vụ, ngày mai xin đạo-trưởng đến nhà tiểu quan chỉ giáo

Ngày thứ hai, Lưu-Tĩnh cho người mời Trần-tổ đến nhà và dùng lễ thượng khách tiếp đãi.

Lưu-Tĩnh hỏi Trần-tổ:

- Xin đạo-trưởng chỉ điểm, xem con đường tương lai của tiểu quan sau này có khá chăng?

Trần-tổ nhìn qua tướng mạo của Lưu-Tĩnh một lúc rồi nói:

- Tướng của đại-nhân hơi khác với người thường, xin đại-nhân chớ nên bắt tội, để bần-đạo nói thật

Lưu-Tĩnh đáp:

- Không sao đâu, có gì đạo-trưởng cứ nói thẳng, số mệnh tốt hay xấu đều là nhân đã tạo từ những kiếp trước. Vả lại tướng do tâm chuyển, cũng có thể thay đổi được.

Trần-tổ nói:

- Tướng mạo của đại-nhân mặt trước rộng, mặt sau hẹp. Điểm này chứng tỏ rằng công danh phú quý của đại-nhân chỉ hưởng được một nửa, khi già sẽ chịu cảnh bần cùng và cô đơn.

Lưu-Tĩnh nghĩ thầm: Ta đường đường một vị thái-thú dù tiền bạc không có bao nhiêu nhưng đồng lương cũng đủ cho ta sống, hơn nữa với ruộng vườn của ông cha ta để lại, dù ăn cả đời cũng không hết, làm sao có thể nghèo được? Dưới ta có nhiều người hầu hạ như vậy, làm sao mà cô đơn được? Cho nên không mấy gì tin vào lời của Trần-tổ, nhưng trong lòng không nói ra.

Trần-tổ lại hỏi:

- Đại-nhân còn muốn hỏi thêm gì nữa không?

Lưu-Tĩnh đáp:

- Mấy câu nói của đạo-trưởng đã định đoạt chung thân của tiểu-quan rồi, còn hỏi gì nữa.

Nói xong, liền sai người nhà đem một nén bạc cho Trần-tổ để đáp lễ. Trần-tổ nói:

- Người xuất gia không tích tiền bạc, xin đại-nhân hãy giữ lại.

Lưu-Tĩnh thấy Trần-tổ không nhận tiền bèn sai một gia bộc tiễn Trần-tổ ra về. Trần-tổ nói với người gia bộc rằng:

- Năm năm sau, gia đình quan thái-thú sẽ gặp tai biến, bần-đạo với quan thái-thú có duyên, sau này khi gặp tai biến, hãy đến núi Hoa-Sơn kiếm bần-đạo.

Ba năm sau, vì bị người gièm pha, Lưu-Tĩnh bị vua cách chức, con trai lớn bị chém, người con thứ hai bị tù và chết trong lao ngục, người con thứ ba bị bệnh nặng mà chết. Đến năm thứ năm, người vợ cùng người thiếp và đứa con út cũng lần lượt qua đời. Những người giúp việc trong nhà thấy gia đạo của Lưu-Tĩnh đã suy đồi, cũng lần lượt bỏ đi, chỉ còn lại một gia bộc thân cận trung thành bên cạnh.

Trước sự biến đổi lớn lao này, Lưu-Tĩnh cảm thấy buồn rầu vô hạn và cô đơn hơn bao giờ hết, nên nói với người gia bộc trung thành:

- Ta chẳng làm điều gì ác cả, sao ông Trời lại bắt hại ta đến thế?

Nghe lời than của chủ nhân mình, người gia bộc sực nhớ tới lời dặn của Trần-Hi-Di tổ-sư, mới nói với Lưu-Tĩnh:

- Lúc trước ông đạo-sĩ có nói với con rằng khi nào đại-nhân gặp tai biến thì hãy đến núi Hoa-Sơn gặp ông ta.

Lưu-Tĩnh nghĩ đến lời của Trần-tổ đã từng nói với mình: "mặt trước rộng, mặt sau hẹp, nên phú quý chỉ hưởng được một nửa", nay quả nhiên ứng nghiệm và khen thầm tướng thuật cao-minh của Trần-tổ, nên đi với người gia bộc đến núi Hoa-Sơn tìm Hi-Di tổ-sư.

Trần-tổ hỏi rằng:

- Lâu năm không gặp đại-nhân, đại-nhân gần đây mạnh giỏi chứ?

Lưu-Tĩnh ứa nước mắt, đem biến cố của mình kể cho Trần-tổ hay. Trần-tổ an ủi:

- Sự đã như vậy, đại-nhân có khóc cũng vô ích.

Lưu-Tĩnh:

- Xin đạo-trưởng chỉ điểm:

Trần-tổ nói:

- Bần-đạo không phải là người xem bói, chỉ vì bần-đạo có duyên với đại-nhân, biết phúc của đại-nhân, chỉ hưởng đến 60 tuổi là hết, nên muốn độ đại-nhân tu đạo để thoát cảnh luân-hồi. Đại-nhân trong kiếp trước là một người hành thiện, đem tài vật bố thí giúp người bần cùng, nhưng đến năm 60 tuổi, vì gặp tai biến, làm ăn không xuôi, bắt đầu hủy báng Thánh hiền, trách Trời không có mắt, cho nên phúc của đại-nhân chỉ được hưởng đến năm 60 tuổi mà thôi. Diện mạo của đại-nhân, mặt trước rộng, mặt sau hẹp tức là trước có phúc, sau gặp họa, vì hành thiện hữu thủy vô chung và hủy báng Trời Phật. Nay đại-nhân còn lại một số gia sản, đại-nhân hãy bán hết để lấy tiền giúp đỡ cho kẻ nghèo. Một khi tích đủ công đức, xương ngọc-chẩm sau ót của đại-nhân sẽ nổi lên, lúc đó đại-nhân sẽ được hưởng phúc trở lại. Nhưng hồng-phúc trong thế gian không được lâu dài, mong đại-nhân hãy theo bần đạo tu đạo, sau này hưởng phần thanh phúc, tiêu-dao miền cực lạc.

Lưu-Tĩnh nghe xong lời chỉ thị của Trần-tổ, bèn từ giã cùng với người gia bộc trở về nhà.

Trong thời kỳ đó, quân Hung-Nô đến quấy nhiễu nước Tống và bắt hơn ba ngàn người, gồm cả người già với trẻ con. Quân Hung-Nô đặt điều kiện, phải lấy một vạn nén vàng ra chuộc mới chịu trả người, nếu không mười ngày sau số người bị bắt, bất kể già trẻ hay lớn bé đều bị giết.

Lưu-Tĩnh hay được tin này, bán hết gia sản của mình lấy đủ số vàng giao cho quân Hung-Nô để chuộc lại số người đã bị bắt. Trong tối hôm đó, khi đi ngủ, đang nằm xuống giường, Lưu-Tĩnh đột nhiên cảm thấy xương ngọc-chẩm nơi ót sau tự nhiên lồi lên, tinh thần sảng khoái muôn phần, mới nghĩ tới lời nói của Trần-tổ:

"Khi nào xương ngọc-chẩm nhô ra thì phúc sẽ đến", nay quả thật linh nghiệm. Nhưng lại nghĩ thầm: Tuổi mình đã ngoài sáu mươi rồi, còn phúc gì mà hưởng nữa! Chi bằng đến núi Hoa-Sơn theo Trần Hi-Di học đạo còn hơn.

Sáng hôm sau, khi thức dậy, Lưu-Tĩnh thấy có cả ngàn người đang đứng trước cửa nhà mình. Lưu-Tĩnh ngạc nhiên hỏi:

- Các ngươi đến đây có việc gì chăng?

Những người đứng trước cửa đều là người bị quân Hung-Nô bắt, khi thấy Lưu-Tĩnh, tất cả đều quỳ xuống, đồng thanh nói rằng:

- Chúng tôi đều là người bị giặt Hung-Nô bắt, may nhờ đại-nhân cứu giúp nên mới bảo tồn được tính mạng, nay chúng tôi kẻ ít người nhiều, góp tiền giao trả cho đại-nhân.

Lưu-Tĩnh không nhận và nói rằng:

- Đó là sức của ta làm được, mấy người chớ nên làm như vậy.

Có một người, vì thấy vợ con của quan thái-thú đều đã chết, bèn đem người con gái của mình gã cho Lưu-Tĩnh. Lưu-Tĩnh từ chối, xong quần chúng quỳ xuống và nói:

- Đại-nhân không biết, thầy Mạnh-Tử có nói: không con nối dõi tông đường là một đều đại bất hiếu, xin đại-nhân chớ nên khước từ.

Lưu-Tĩnh trong trường hợp đó không từ chối được, nên mới tục huyền. Năm sau người vợ trẻ sinh được hai đứa con sinh đôi, một trai và một gái.

Nghĩa cử lấy vàng chuộc người của Lưu-Tĩnh truyền đến tai vua Tống, nhà vua ra lệnh phục chức cho Lưu-Tĩnh. Hai người con của Lưu-Tĩnh sau này, người con trai đỗ trạng-nguyên, con gái được tuyển làm cung phi, cả hai đều hưởng cảnh vinh hoa phú quý.

Đến năm bảy mươi, Lưu-Tĩnh từ chức về hưu, và lên Hoa-Sơn theo Trần Hi-Di tổ-sư học đạo

📖 *Vào mùa Thu năm Mậu-Ngọ đời Khang-Hy, thành Yên-Kinh có người tên Trương-Nguyên, nuôi một con lừa, một ngày có thể chạy hai trăm dặm. Lừa này rất kỳ lạ, ngoài ba cha con Trương-Nguyên ra không một người nào có thể cưỡi được, người cưỡi đều bị lừa cắn và hất cẳng đá. Một hôm có chàng Dương-Sinh mượn lừa của Trương-Nguyên cưỡi chơi, lừa tỏ vẻ hiền lành, chịu cho Dương-sinh cưỡi. Đêm hôm đó Dương-sinh nằm mơ thấy một người mặc áo đen đến nói rằng: Ta là con lừa của Trương-Nguyên, sinh thời thiếu ông ba trăm đồng không trả, nay cho ông cưỡi để trả nợ trước. Hôm qua ông cưỡi tôi 280 dặm mong sáng mai ông sẽ cưỡi tôi thêm 20 dặm cho đủ số.*

Dương-Sinh hỏi:

- Ông nợ Trương-Nguyên bao nhiêu tiền.

Người áo đen đáp:

- Nhiều lắm, không thể đếm được.

Dương-Sinh cảm thấy giấc mơ kỳ lạ, sáng hôm sau qua mượn lừa của Trương-Nguyên để cưỡi chơi, đi được 20 dặm, lừa không đi nữa mà nhảy tung tăng, Dương-Sinh bị lừa hất xuống đất. Thấy hợp với lời của người áo đen nói trong giấc mộng, nên Dương-Sinh nói với lừa rằng: Ta đã biết rồi, ngươi đã không còn thiếu nợ của ta nữa, nhưng phải đi bộ 20 dặm đường về nhà thật là một việc khó cho ta. Nay ta lấy mười đồng tiền mua cỏ cho ngươi ăn, ngươi chịu đưa ta về chăng?

Lừa như hiểu được ý người, hai mắt nhìn Dương-Sinh tỏ vẻ bằng lòng và đưa Dương-Sinh về nhà.

Về sau Dương-Sinh mượn lừa của Trương-Nguyên để cỡi, lừa vẫn hất cẳng đá Dương-Sinh như mọi người khác.

● **Phân loại doanh cầu, Lực lượng thí thiết.**

[Thích nghĩa]

Không biết an phận, số mệnh không có mà cố cầu cho kỳ được, Đua đòi, chạy theo sự xa hoa lòe loẹt bên ngoài.

<u>Chú:</u> *Giàu nghèo có số, nếu trong mệnh có thì không cần cầu cũng có được, nếu số không có thì dù cố cầu cũng không đến. Giàu mà không tiết kiệm, ăn chơi xa hoa lại dễ mang họa vào thân.*

📖 *Thạch-Sùng là người Nam-Bì đời Tấn, làm thứ-sử đất Kinh-Châu, sau đổi làm Vệ-úy. Nhờ sai khiến khách hàng hải mà làm giàu. Thạch-Sùng kết bạn cùng Vương-Khải, Dương-Châu, là bọn ăn chơi xa hoa đương thời. Khải và Sùng thường hay khoe giàu. Khải làm tấm lụa dài 40 dặm để trải đường, mục đích là để phô trương sự giàu sang của mình, Sùng sai người dệt một tấm gấm dài 50 dặm trải dài hơn của Khải. Có một lần Khải đem một báu vật bằng san-hô do* nhà vua tặng mang ra khoe với Sùng, Sùng nhìn xong lấy cây thiết như-ý đập nát cây san-hô và sai người đem một cây khác dài gấp ba lần để bồi thường cho Khải. Khải giận và ấm ức trong lòng.

Thạch-Sùng có một người thiếp đẹp là Lục-Châu có tài múa hát, rất được Thạch-Sùng sủng ái và cất riêng một biệt thự lấy tên là Kim-Cốc-Viên cùng Lục-Châu mua vui múa hát tại đó. Một vương công trong triều là Tôn-Tú thấy Lục-Châu có nhan sắc, muốn Thạch-Sùng nhường lại, nhưng Sùng không bằng lòng, Tô-Tú dùng quyền cưỡng đoạt, Lục-Châu không chịu, nhảy xuống lầu tự tử. Tôn-Tú giận, nên gièm tâu với Triệu-Vương là Tư-Mã-Luân, mà giết Thạch-Sùng. Sùng vì thế mà hại chết.

● **Dâm dục quá độ, Tâm độc mạo từ.**

[Thích nghĩa]

Hưởng thụ thái quá dâm dục quá độ, Bề ngoài tỏ vẻ nhân từ, nhưng bên trong thì tâm địa nham hiểm.

<u>Chú</u>: 1) Dâm dục quá độ, tinh yếu khí suy, chưa già đã bệnh, sinh con ngu đần. Đó là một điều bất hiếu với tổ-tông

2) Lòng ác tướng dữ, người biết được là tàn nhẫn, tâm hiểm mạo quyệt người biết là gian. Người biết nên dễ tránh. Còn tâm độc mạo từ thì khó xét, đó là hạn người chứa dao trong bụng, lòng dạ cực kỳ nham hiểm, độc như rắn rết.

📖 Lý-Lâm-Phủ là một người có tài hoa, tinh thông cả cầm kỳ thi họa, nhưng cũng là một người giảo-hoạt nham hiểm. Làm quan dưới triều vua Đường Huyền-Tôn, vì tính hay nịnh hót, chẳng những đối với nhà vua ngay cả những vị phi tử của Đường Huyền-Tôn, Lý-Lâm-Phủ cũng đều dùng lời ngọt ngào để mua chuộc nên được vua sủng ái. Khi giao thiệp với người, bề ngoài luôn tỏ vẻ thân thiện tươi cười, mọi người đều tưởng ông là một người đáng tin, nên đem lời phê phủ cũng như những điều bí mật đều thổ lộ cho Lý-Lâm-Phủ hay. Người đương thời gọi ông là người khẩu-mật phúc-kiếm[7]. Nhiều người có tài đều bị ông hãm hại mà chết. Lý-Thích-Chi là bạn đồng-liêu với ông, chỉ vì một sự hiểu lầm nhỏ nhen nhưng Lý-Lâm-Phủ nuôi hận trong lòng và nghĩ cách hại Lý-Thích-Chi. Một hôm Lý-Lâm-Phủ nói với Lý-Thích-Chi rằng:

- Nghe nói núi Hoa-Sơn có mỏ vàng, nếu có kế hoạch khai mỏ lấy vàng thì rất có lợi cho nước, ta gì bận việc nên không có thì giờ lo về việc này, nay cho huynh hay để huynh tâu với vua. Nếu kế hoạch thành thì công của huynh sẽ không nhỏ.

Lý-Thích-Chi tưởng Lý-Lâm-Phủ có lòng giúp mình nên đem kế hoạch khai mỏ Hoa-Sơn tâu cùng vua Huyền-Tôn. Nhà vua lấy làm mừng, và đem việc khai mỏ của Lý-Thích-Chi hỏi ý kiến của Lý-Lâm-Phủ.

Lý-Lâm-Phủ đáp:

- Hạ thần cũng biết Hoa-Sơn có mỏ vàng, nhưng nơi đó lại là long-huyệt của bệ-hạ, e rằng khai mỏ sẽ phá đi huyết mạch mà có hại cho đế nghiệp của bệ-hạ, cho nên hạ thần không dám tâu Chắc Lý-Thích-Chi cũng biết được việc này, nhưng chỉ nghĩ đến lợi cho mình mà không lo đến phúc của bệ-hạ, quả thật là có ý bất lương, mong bệ-hạ chớ nên nghe lời.

Đường Huyền-Tôn nghe Lý-Lâm-Phủ nói như thế nên giận và làm tội Lý-Thích-Chi.

Vì ám hại người trung lương, tội ác tày trời, về sau Lý-Lâm-Phủ bị ma quỷ hiện hình đến vật chết. Khi chết áo quan lại bị người bửa, chết không toàn thây. Niên-hiệu nguyên-hòa đời Đường ở Huệ-Châu, một Kỹ nữ bị sét đánh chết, dưới nách có ba chữ Lý-Lâm-Phủ. Niên-hiệu thiệu-hưng đời Tống, sét đánh chết một thiếu-phụ họ Trần trên mình cũng xuất hiện ba chữ Lý-Lâm-Phủ. Vào niên-hiệu Hồng-võ đời Minh, tỉnh Sơn-Đông có người Lục-An-Bình giết gà đãi khách khi nhổ lông thấy trên mình gà năm chữ "Đường tướng Lý-Lâm-Phủ".

Mưu sâu họa cũng sâu, hại người chỉ một thời nhưng ác nghiệp đi theo mãi. Gớm thay!

---

[7] Miệng ngọt như mật ong, nhưng trong lòng mang gươm giết người

❀ **Uế thực ủy nhân, Đã- đạo hoặc chúng.**

[Thích nghĩa]

Lấy đồ nhơ uế dơ bẩn cho người ăn, dùng tà đạo, yêu thuật để mê hoặc, lừa gạt quần chúng.

Chú: *1) Ăn nhằm thức ăn nhơ uế để sinh bệnh tật, tự mình không muốn mà nuôi người ăn, chẳng phải xem người như xúc vật hay sao!*

2) Đạo chỉ có một, lấy tu thân sửa mình làm gốc, lấy cứu nguy tế bần làm thiện. Đạo mà rời tâm thì là tà đạo. Tà đạo là sự mê tính, hại người nặng hơn thú dữ, nên luật Trời phạt cũng nặng.

📖 *Thời Xuân-Thu, nước Ngụy có một vị quan là Tây-Môn-Báo được Ngụy Văn Hầu sai đi trấn thủ đất Nghiệp-Đô.*

Khi đến nơi nhậm chức, thấy cảnh vật nơi đây tiêu điều, dân cư thưa thớt, Tây-Môn-Báo liền triệu phụ lão đất Nghiệp Đô đến hỏi rõ nguyên do.

Phụ lão đều trả lời:

- Dân chúng tôi ở đây khổ về một nỗi Hà-Bá lấy vợ.

Tây-Môn-Báo nói:

- Quái lạ! Hà-Bá lấy vợ ra sao? Các ngươi nói rõ cho ta nghe xem.

Phụ Lão:

- Đất Nghiệp-Đô này có một con sông Chương, Hà-Bá là vị Thần của sông này. Thần này thích vợ đẹp, mỗi năm bắt dân phải nộp một gái đẹp trong làng. Nếu chịu nộp thì được mưa thuận gió hòa, hoa màu tươi tốt, nếu không nộp thì bị vị Thần phạt, dâng nước lên làm hại nhà cửa, ruộng nương.

Tây-Môn-Báo:

- Đầu tiên ai bày ra việc này? Làm sao biết được Hà-Bá lấy vợ?

Phụ Lão đáp:

- Bọn đồng cốt ở ấp bày ra việc này. Dân chúng tôi sợ nạn nước lụt, nên phải thuận theo. Mỗi năm các hào trưởng trong làng cùng bọn đồng cốt bắt dân phải

nộp mấy trăm quan tiền, một phần dùng làm phí tổn lấy vợ cho Hà-Bá, phần còn lại thì họ chia nhau.

Tây-Môn-Báo hỏi:

- Chúng nó chia nhau mà dân lại không nói gì hay sao?

Phụ lão đáp:

- Bọn đồng cốt thì giữ việc cầu cúng, còn các hào trưởng trong làng cho rằng họ cũng có công, nên cũng phải ăn một phần, chúng tôi đâu dám phàn nàn. Còn một điều khổ hơn nữa là cứ về đầu năm, bọn đồng cốt thấy con gái nhà ai có nhan sắc, thì bắt người con gái đó phải làm vợ Hà-Bá, nếu như có đút tiền cho họ thì sẽ được họ tha cho mà đi bắt người khác. Người nào nghèo khó, không có tiền lễ cho họ thì sẽ phải nộp con cho Hà-Bá. Bọn đồng cốt lập một trại cúng ở bờ sông, màn tre trướng rủ, trang hoàng rực rỡ, bắt người con gái bị nộp tắm gội thay áo rồi cho ở đó. Khi chọn được ngày tốt, đem người con gái ấy ngồi vào cái bè lau, rồi thả ra giữa lòng sông, bè trôi được vài mươi dặm thì chìm. Nhiều người vì thương con, không muốn nộp cho Hà-Bá làm vợ thì dẫn con trốn đi nơi khác. Cảnh tượng trong thành vì thế mới tiêu điều vắng vẻ.

Tây-Môn-Báo hỏi:

- Ấp các ngươi bị lụt bao giờ chưa?

Phụ lão đáp:

- Mỗi năm chúng tôi đều nộp gái cho Hà-Bá nên chưa hề bị thần trừng phạt.

Tây-Môn-Báo nói:

- Thần đã thiêng như vậy, khi nào có làm lễ nộp gái thì cho ta hay, để ta cầu đảo cho các ngươi.

Tới kỳ dâng gái, phụ lão đến bẩm. Tây-Môn-Báo áo mũ nghiêm chỉnh, thân hành ra đứng nơi bờ sông. Quan lại trong ấp đều tụ tập đông đủ, dân trong ấp kéo nhau ra xem đến hàng ngàn người. Bọn hào trưởng đưa một bà đồng ra, với bộ mặt kiêu hãnh. Nữ đệ-tử của bà đồng đi theo hơn hai mươi người, đều với khăn áo sặc sỡ.

Tây-Môn-Báo bảo bà đồng già và đến nói rằng:

- Dám phiền bà dắt vợ Hà-Bá đến, để ta xem mặt:

Bà đồng sai đệ-tử dắt người con gái đến. Tây-Môn-Báo thấy người con gái đó nhan sắc tầm thường, bèn bảo với bà đồng và bọn hào trưởng:

- Hà-Bá là bậc quý thần, phải tìm người con gái thật đẹp mới xứng đáng, gái này không đẹp, nay ta phiền bà đồng xuống sông nói với Hà-Bá rằng, vâng lời quan thái-thú đi tìm gái khác đẹp hơn, hôm sau sẽ nộp.

Nói xong, liền sai lính tráng ném bà đồng xuống sông. Mọi người xung quanh ai cũng kinh hồn mất vía. Tây-Môn-Báo vẫn ngồi yên như để đợi bà đồng trở lại, một hồi lâu mới đứng dậy nói:

- Bà đồng tuổi đã già, không làm được việc, xuống sông đã lâu vẫn chưa thấy trở lại, các cô đệ-tử phải xuống giục cho ta.

Tây-Môn-Bá lại sai quân lính bắt một cô đệ-tử của bà đồng vứt xuống sông. Được ít lâu, Tây-Môn-Báo lại nói:

- Cô đó không làm được việc, đi lâu như thế mà vẫn chưa về.

Nói xong, lại bắt đệ-tử khác xuống sông giục. Một lúc sau, Tây-Môn-Báo cho là chậm, lại bắt thêm một người đi xuống nữa. Cả thảy ba đệ-tử của bà đồng xuống sông đều không thấy trở về.

Tây-Môn-Báo nói với bọn hào trưởng:

- Bọn ấy đều là nữ lưu, nói năng không rõ, phiền ông nào xuống hộ, giúp việc cho được nhanh chóng.

Nói xong, sai lính bắt một hào trưởng ném xuống sông và nói:

- Đi mau! Kết quả thế nào phải trở về gấp để trả lời cho ta biết.

Hào trưởng còn lại đều sợ sệt quỳ lại van xin, không dám ngẩng cổ đứng dậy.

Tây-Môn-Báo nói:

- Nước sông cuồn cuộn, nào thấy Hà-Bá ở đâu? Các người làm hại biết bao nhiêu con gái nhà lành, cái tội ấy các người phải đền mạng.

Bọn hào trưởng lại quỳ sụp kêu oan:

- Chúng tôi vô tri, xưa nay bị đám đồng cốt lừa dối mà không hay, xin đại-nhân thứ tội.

Tây-Môn-Báo nói

- Bà đồng đã chết rồi, từ nay về sau nếu ai còn bày ra việc Hà-Bá lấy vợ nữa, thì bắt ngay người ấy làm mối xuống nói với Hà-Bá. Mấy người đã thu được bao nhiêu tiền của dân, bây giờ phải trả lại hết.

Tây-Môn-Báo truyền cho phụ lão chọn những trai lành, người nào lớn tuổi mà chưa có vợ thì đem nữ đệ-tử của bà đồng đem gả cho. Đất-Nghệp-Đô từ đó không còn thói đồng cốt, số dân đi trốn từ trước đều trở về làm ăn như xưa.

Một người hành động quang minh chính trực khi chết đi sẽ được, Ngọc-Hoàng Đại-Đế phong làm Thần. Đã làm Thần thì không vì người cúng tế hay siểm nịnh mà gián phúc, cũng không gì người không cung kính, cúng dường mà giáng hoạ

Mê tín dị đoan, nhỏ thì hại mình hại người, lớn thì hại cả một nước. Sách Luận-Ngữ viết: "Tử bất ngôn quái, lực, loạn, thần". Đức Khổng-Tử không nói đến bốn chữ này, vì biết được quái, lực, loạn, thần dễ làm cho người rời khỏi chánh đạo mà đi vào con đường tà.

☼ ☼ ☼

❀ **Đoản xích hiệp độ, Khinh xưng tiểu thăng, Dĩ ngụy tạp chân, Thái thủ gian lợi.**

[Thích nghĩa]

Đo lường việc bất chính trong việc buôn bán, Mua vào thì mong người đo dài và cân nhiều cho mình, khi bán ra thì đo ngắn và cân ít cho người, Dùng hàng Giả trộn với hàng thật, hay bán hàng giả cho người khác, Chuyên hành nghề bất chánh để trục lợi.

<u>Chú</u>: 1) Lâm Vạn-Phú, người đời Minh, chủ tiệm chạp phô Đại-Nam, là người giàu có ở đất Dương-Châu. Khi biết mình sắp chết, bèn dặn với người con duy nhất Lâm Thiên-Phát rằng: "Ta giàu được là nhờ vào cái cân. Cân này do ta đặc chế bằng gỗ ô-hợp, giữa cân có một khoảng trống chứa thủy ngân. Khi cân vào

giữ cho mực thủy ngân ở phần dưới cán cân vào nhiều, khi cân ra thì giữ cho thủy ngân di động đến xong đầu cán cân, con phải ghi nhớ lấy". Người con nghe xong lời dặn, biết được cha mình gian lận trong việc buôn vào bán ra, nhưng không dám nói, đợi khi người cha mất rồi, người con mới đem cái cân đo lường bất chính đó mang đi hủy. Ba tháng sau, hai đứa con của Lâm Thiên-Phát đều bị bệnh mà chết. Lâm Thiên-Phát đau lòng và oán thầm: "Cha ta làm ăn bất chánh mà gia đình được bình yên và giàu có, còn ta buôn bán chính trực như vậy mà phải chết đi hai người con, như thế chẳng bất công lắm sao?" Tối hôm đó Lâm Thiên-Phát nằm mơ thấy một vị Thần đến nói rằng: "Cha ngươi làm ăn không thành thật, giàu có được là phần phúc của kiếp trước, nhưng vì đo lường bất chánh nên Trời nộ, sai hai vì sao Thiên-Sát và Địa-Kiếp xuống đầu thai làm con của ngươi, khi lớn lên, hai đứa con này sẽ làm bại hoại gia đình của ngươi. Nay vì biết thân-phụ làm ăn gian lận mà hủy đi cái cân bất chánh đó, nên Thượng-Đế triệu hồi hai vị tinh đó về Trời. Tuy vậy, sau này ngươi cũng sẽ được hai vị con khác, vinh diệu tổ-tông. Ba năm sau, vợ của Lâm Thiên-Phát quả nhiên sinh được hai đứa con sinh đôi.

2) Buôn bán giao dịch để lấy lời là lẽ tự nhiên. Buôn bán sòng phẳng, người bán được lời, người mua được hàng, hai bên đều vui. Nếu dùng thủ đoạn quỷ quyệt để gạt người thì không đúng. Như bày hàng thật mà bán hàng giả, lấy hàng giả trộn với hàng thật, hay giả mạo hàng của người để bán... đều là thủ đoạn, người mua bị gạt. Lấy giấy bạc giả, hay vàng bạc giả để mua hay trao đổi hàng hóa thì người bán bị thiệt thòi. Kẻ bán người mua, nếu một bên bị thiệt thòi thì giao dịch không được công bình, là gian lận. Được lời như thế là gian lợi.

3) Gian lợi là làm lợi bất chánh. Như mở sòng bạc lấy xâu, chứa gái giang hồ, nuôi trộm cướp để lấy lời... đều là những đồng tiền ô nhục không sạch. Muốn con cháu được tốt, chớ nên hành những nghề bại hoại đến thuần phong mỹ tục, chẳng những không được lâu dài, mà lại di họa cho đời sau.

☆ ☆ ☆

● **Áp lương vi tiện, Mạn mịch ngu nhân.**

[Thích nghĩa]

Dùng tài thế áp bức người hành nghề đê tiện, Lừa dối, gạt gẫm kẻ ngu đần.

Chú: *1)* **Lương** *là người hiền,* **tiện** *là việc hèn. Người hiền ăn ở lương thiện, chỉ vì không được thời mà sinh nghèo, gặp người trong hoàn cảnh này lẽ ra phải tỏ lòng thương giúp, lòng nào lại nỡ ép người làm nghề hèn. Những kẻ buôn bán nô bộc, bắt người bán dâm, chẳng những làm nhơ nhuốc thanh danh của một người mà thôi, còn làm cho người trong tông tộc phải mang tiếng, chịu sự nhục nhã. Thật là tội lỗi.*

2) **Ngu nhân** *là người kiến thức thiển bạc. Chớ tưởng người ngu không biết mà gạt. Tục ngữ nói: "Người hiền người thì Trời không khi". Người ngu tuy không biết nhưng trên có Trời giám sát, có Thần lục tội.*

Tham lam vô yếm, Chú trở cầu trực.

[Thích nghĩa]

Lòng tham không đáy, háo tài háo của, Nguyền rủa để cầu lấy phần chính cho mình.

Chú: *1)* **Yếm** *là chán. Vô yếm chỉ lòng tham của người như túi không đáy, không khi nào thỏa mãn được. Tham lam là tích vị kỷ, vì vị kỷ nên sinh lòng hại người mà đi nghịch với thiên-lý. Bạn bè vì chữ tham mà mất đi chữ tín, anh em vì chữ tham mà trở nên bất hòa,... Đều là tai họa của chữ tham mà ra cả.*

2) Kêu trời la đất mà mắng người là chú trở, là sự nguyền rủa. Phàm lời nguyền rủa, dù là việc phải nhưng người trông thấy cũng không thích. Chú trở việc quấy mà cầu phải, Trời không nộ thì người cũng giận. Nếu chịu oan không thể biện bạch với người mà cầu Thần cúng Phật mong được giải oan, Trời Phật vì lẽ phải mà thương tình, oan tình có ngày sẽ được rửa. Nếu nguyền rủa mà cầu thì mắc lỗi với Trời, lẽ nào oan lại trắng được?

❀**Thị tửu bội loan, Cốt nhục phẫn tranh.**

[Thích nghĩa]

Sau mê rượu chè, mất đi nhân tình mà làm chuyện trái ngược với luân-lý đạo-đức, Thường hay phẫn nộ, tranh chấp với anh chị em trong nhà.

Chú: **1) Rượu** làm loạn tính người, là một trong ngũ giới của nhà Phật, khi rượu thấm bụng thì sát, đạo, dâm, vọng đều nối gót theo sau.

📖 *Vào cuối đời nhà Minh, chùa Thứu-phong ở Trường-An có hòa-thượng Tế-Châu, đạo hạnh tinh tiến nhưng cho rượu không thuộc ngũ-huân[8], tuy không uống thường nhưng vẫn uống rượu ngâm thuốc cho bổ cơ thể. Một hôm hòa-thượng nằm mơ thấy một nữ thí chủ trong chùa đến nói:*

- Bạch thầy, con đã rời khỏi thế gian. Trong suốt đời con chưa làm một điều gì ác cả, nhưng cũng chưa làm một việc thiện nào, mong thầy tụng kinh Pháp-Hoa hồi hướng cho con, đặng con đầu thai vào chỗ tốt.

Theo lời thỉnh cầu, Tế-Châu hòa-thượng quỳ trước Phật đường niệm kinh Pháp-Hoa hồi hướng cho nữ thí chủ. Tiết trời đương vào mùa hạ, khí hậu nóng nực, khi tụng đến quyển thứ năm hòa-thượng cảm thấy môi khô và khát nước, vì kiếm không có trà, hòa-thượng bèn lấy rượu thuốc để giải khát và tiếp tục tụng tiếp hết quyển kinh.

Qua ngày thứ hai, nữ thí chủ đến báo mộng cho hòa-thượng:

- Cám ơn thầy đã tụng kinh hồi hướng cho con. Khi thầy tụng từ quyển thứ nhất đến quyển thứ tư, dưới âm-phủ đều có kim quang xuất hiện, Diêm-Vương chuẩn bị cho con đi đầu thai, nhưng từ quyển thứ năm trở đi thì kim quang không xuất hiện nữa, chỉ ngửi thấy mùi rượu xông mũi. Nay mong thầy từ-bi tụng thêm một lần cho con, con sẽ đội ơn thầy.

Khi hòa-thượng tỉnh dậy, mình nổi da gà, từ đó thâm tín rượu là một giới phải giữ và chừa rượu từ đó.

2) Cốt nhục chỉ tình ruột thịt. Anh chị em trong nhà như tay chân trong thân người, tứ chi đau thì người không khỏe, tứ chi khuyết là người tàn tật.

Sự việc không nhẫn nhục sẽ sinh phẫn. Phẫn sinh từ sự bất bình, từ sự bất bình mà sinh ra sự tranh chấp, vì tranh chấp mà cốt nhục tương tàn, mất đạo nhân-luân mà bất hiếu với cha mẹ. Anh em thường vì gia tài của cha mẹ, hay vì nghe lời của vợ mà sinh ra sự tranh chấp. Nếu xét kỹ, tiền bạc đâu nặng bằng tình ruột

---

[8] *Hành, hẹ, tỏi, củ kiệu, thuốc lá.*

thịt, nghe lời nói của người vợ trong một lúc mà làm tổn thương đến tình huynh đệ của một đời người, có đáng chăng? Thị phi phải trái, tình bạn còn nên lấy chữ hòa để giải, huống chi là tình ruột thịt!

📖 Vào đời Minh ở Bố-Giang có gia đình Trịnh-Liêm là một đại gia tộc, từ đời hiến-tổ[9] truyền thống đã hơn hai trăm năm. Gia tộc trên ngàn người mà không khi nào có sự bất hòa hay cãi nhau xảy ra. Dân địa phương đều gọi gia tộc này là Nghĩa-Môn. Thái-thú vùng này lập một tấm biển lớn "Thiên Hạ Đệ Nhất Gia" để trước cửa làng. Tin này truyền đến tai của Minh Thái-Tổ. Thái-Tổ cho người mời Trịnh-Liêm đến hỏi:

- Gia tộc khanh có bao nhiêu người?

Trịnh-Liêm đáp:

- Thưa bệ hạ, có trên một ngàn người.

Thái-Tổ lại hỏi:

- Gia tộc lớn như vậy ở chung nhau mà hòa-mục được thì quả là Thiên hạ đệ nhất gia. Khanh lấy phép gì trị gia mà trên dưới được hòa thuận như thế?

Trịnh-Liêm đáp:

- Tâu bệ hạ, không có phép gì cả, chỉ không nghe lời của đàn bà mà thôi.

Vua Thái-Tổ cười. Đương lúc có người từ Hà-Nam dâng một thùng lê cho nhà vua, vua tặng cho Trịnh-Liêm hai quả. Trịnh-Liêm quỳ xuống nhận lễ, hai tay cầm hai trái lê đội trên đầu, và từ giã Minh Thái-Tổ. Thái-Tổ lại sai người ngầm ngầm đi theo Trịnh-Liêm.

Khi Trịnh-Liêm về đến nhà, bèn triệu tập tất cả mọi người trong gia tộc đến, hướng mặt về cung thành và quỳ xuống để tạ ơn vua. Lại sai người chuẩn bị hai thùng nước lớn, đem hai trái lê của vua tặng đập nát ra bỏ vào hai thùng nước, khuấy đều để mọi người đều được hưởng vị của lê mà nhà vua đã tặng.

---

[9] Trên cha là tổ, trên tổ là tăng-tổ, trên tăng-tổ là cao-tổ, trên cao-tổ là thái-tổ, trên thái-tổ là huyền-tổ, trên huyền-tổ là hiến tổ.

Khi sứ-giả trở về, vua Thái-Tổ hỏi:

- Trịnh-Liêm chia lê bằng cách nào?

Sứ giả đem việc thấy được thuật lại cho Minh Thái-Tổ hay, nhà vua mừng và đích thân viết một tấm biển đề ba chữ "Hiếu Nghĩa Gia" tặng cho gia tộc này.

Về sau có người tâu với Minh Thái-Tổ: Gia tộc Trịnh-Liêm có người cấu kết với quan lại trong triều đình làm việc phi pháp. Vua Thái-Tổ cười đáp:

- Gia tộc này không có những hạng người như thế.

Về sau Minh Thái-Tổ lại sai người mời những người trên ba mươi tuổi trong gia đình của Trịnh-Liêm lên làm quan.

☼ ☼ ☼

❀ **Nam bất trung-lương, Nữ bất nhu thuận, Bất hòa kỳ thất, Bất kính kỳ phu.**

[Thích nghĩa]

Làm trai không trung với nước, Phận gái không nhu-mì, không hòa thuận, Bổn phận làm chồng không thương yêu vợ, Bổn phận làm vợ không tôn kính chồng.

Chú: 1) Trai lấy trung hiếu làm đầu, gái lấy đức hạnh làm gốc. Đức Khổng-Tử dạy: "Hiếu bắt đầu từ chỗ sự thân, kế là sự quân, sau cùng là lập thân". Đem lòng hiếu thảo thờ cha mẹ mà thờ vua giúp nước thì là trung. Ngày xưa các bậc quân vương đều tìm tôi hiền nơi hiếu tử, vì người chí hiếu, ở nhà hiếu thuận khi ra giúp nước cũng là bậc tôi trung. Công ơn cha mẹ lớn như Trời đất, làm con lẽ nào lại không nên hiếu thảo, nợ nước sâu như biển cả mà phải làm nô lệ cho người, sống trong cảnh tủi nhục.

📖 Ngày xưa vua Cảnh-Tông nước Tề đánh nhau với quân Tần. Tề Cảnh-Công thua to, quân sĩ đều trốn hết, bỏ lại Tề Cảnh-Công ngồi một mình trong xe. May có một nông phu trông thấy, vội đẩy xe cho vua Cảnh-Công đi trốn. Nhưng quân Tần đuổi theo rất gắt, người nông phu thấy tình hình nguy ngập, bèn nói cùng Tề Cảnh-Công:

- Chúa công đưa áo mũ cho thảo dân mặc, và mau trốn vào rừng, để một mình thảo dân ngồi trên xe chết thay chúa công.

Tề-Cảnh-Công nói:

- Trẫm thoát nạn mà khanh phải chết, lòng trẫm thật không nỡ.

Người nông phu nói:

- Thảo dân chết đi cũng chỉ như trong rừng thiếu đi một cây, nếu chúa công chết thì cả giang san nước Tề đều mất, xin chúa công chớ ngần ngại hãy cởi áo cho tiện dân, nếu trễ kẻo không kịp.

Tề Cảnh-Công nghe lời của vị nông phu trung thành, cởi bỏ long bào giao cho nông phu và mặc áo nhà nông chạy trốn vào rừng. Khi quân Tần bắt được xe của vua Tề, tưởng người mặc long bào trên xe là Tề Cảnh-Công nên bắt về nạp cho vua Tần. Vua Tần nhận ra người nông phu không phải là vua Tề, nên giận và truyền lệnh đem chém.

Người nông phu không sợ chết, ung dung nói với vua Tần:

- Mục đích của ta là chết thay chúa, nay chúa ta đã thoát nạn rồi, ta chết là lẽ đương nhiên. Nhưng chỉ tiếc rằng sau khi ta bị giết rồi, thì sau này không ai dám hy sinh tính mạng của mình để cứu chúa của họ nữa.

Vua Tần nghe người nông phu nói rất có lý. Nghĩ rằng một người nông phu bình thường như vậy cũng biết trung với vua, quả thật là hiếm có, đáng làm gương cho người sau, nên tha tội cho người nông phu.

2) Trai noi theo đạo Trời là hành kiện, bốn mùa vận chuyển, trung trinh bất nhị, gái hiệu pháp đạo của đất là nhẫn nhục chở nặng, thuận theo bốn mùa mà sinh vạn vật. Vợ chồng là khởi nghiệp của nhân-luân, chồng không nên chê vợ xấu, vợ không hiền thì dạy cho hiền, không đức thì lấy đức để dạy. Vợ cũng không nên chê chồng nghèo, phú quý bần tiện đều là duyên tiền định, không nên bỏ, hiền ngu đều do số người chớ nên khinh, mà phải kính. Vợ chồng hòa mục gia đạo mới thịnh, con cháu mới hiển vinh.

📖 Hứa-Doãn là một tiến-sĩ đời Tống, vợ của Hứa-Doãn là Nguyễn-Thị, lúc hai chưa lấy nhau, Hứa-Doãn cho Nguyễn-Thị là đẹp, sau khi kết thành vợ chồng rồi Doãn cảm thấy vợ mình xấu xí, và có ý định bỏ vợ và lấy người khác.

Một hôm Hứa-Doãn nói với vợ rằng:

- *Trong tứ-đức[10] của phụ nữ, xin hỏi nàng có được mấy đức.*

Nguyễn-Thị đáp:

- *Trong tứ-đức thiếp chỉ thiếu một chữ "dung" mà thôi.*

Nguyễn-Thị đáp xong bèn hỏi lại chồng:

- *Kẻ sĩ có bách-hạnh, thiếp xin hỏi chàng có được mấy hạnh?*

Hứa-Doãn đáp:

- *Ta đây có đủ các bách-hạnh.*

Nguyễn-Thị nói:

- *Trong bách-hạnh có chữ "đức", chàng là háo sắc chứng không háo đức, sao có thể nói là bách-hạnh được?*

Hứa-Doãn nghe vợ nói xong, cảm thấy hổ thẹn. Từ đó không còn chê vợ nữa, hai người kính trọng lẫn nhau, vợ chồng ăn ở hòa thuận đến bạc đầu.

📖 Chu-Mãi-Thần người đời Hán, lúc chưa hiển đạt chỉ là một thư-sinh nghèo nàn, phải lên rừng đốn củi độ nhật. Người vợ chê ông nghèo, cười nhạo ông chỉ là người dài lưng tốn vải, chẳng làm nên chuyện. Chu-Mãi-Thần khuyên vợ hãy chịu khó ở với ông vài năm, đến năm 50 tuổi thế nào cũng đỗ đạt, lúc đỗ đạt rồi vợ chồng sẽ cùng nhau hưởng cảnh phú quý. Người vợ không nghe, bỏ ông đi theo người khác.

Sau vài năm trau dồi kinh-sử, Chu-Mãi-Thần thi đỗ và làm quan đến chức thái-thú. Người vợ xin về ở với ông. Ông nói: Thử đem thùng nước đổ lên lưng ngựa, nếu nước đổ rồi mà còn đón lại được cho đầy thì ta sẽ bằng lòng cho về ở chung. Người vợ biết chuyện không thành. Cảm thấy xấu hổ, về nhà treo cổ tự vẫn mà chết.

---

[10] Tứ-đức: Công, dung, ngôn, hạnh

❀ **Mỗi háo căng khoa, Thường hành đố-ky.**

[Thích nghĩa]

Tính hay khoe khoang, thường sinh lòng đố ky.

Chú: 1) *Có tài mà không khoe, được phú quý mà không kiêu sẽ được kính mà không đố ky, vì người không ky nên tài cao không bị hại, phú quý được lâu dài. Có tài mà cậy tài thì chữ tài sẽ đi với tai, vì người sẽ đố ky, do đó họa sẽ đến.*

2) Đố ky người trong một lúc còn không nên có, có lòng thì sinh họa, thường hành thì sinh tai.

📖 *Bàng-Quyên là người nước Ngụy, Tôn-Tẫn là người nước Tề, hai người đều là học trò của Qủy-Cốc-Tử. Khi Bàng-Quyên hạ san tìm đường công danh. Tôn-Tẫn tiễn Bàng-Quyên xuống đến chân núi, Quyên nói:*

- Tiểu đệ cùng đại huynh có nghĩa kết giao, thề giàu sang có nhau, phú quý cùng hưởng. Chuyến đi này nếu gặp bước tiến thân, tiểu đệ sẽ tiến cử đại huynh để cùng nhau lập sự nghiệp.

Tôn-Tẫn nói:

- Hiền-đệ có giữ được lời hứa không?

Bàng-Quyên đáp:

- Nếu tiểu đệ làm trái lời thề thì sẽ phải chết dưới muôn ngàn mũi tên.

Khi về đến nước Ngụy, Bàng-Quyên được Ngụy Huệ-Vương tin dùng, phong làm nguyên-soái. Không bao lâu Tôn-Tẫn được Mặc-Tử tiến cử cho Ngụy Huệ-Vương. Bàng-Quyên biết tài học của Tôn-Tẫn hơn mình, sợ rằng khi Ngụy vương trọng dụng Tôn-Tẫn thì sau này binh quyền sẽ về tai của Tôn-Tẫn. Nên Quyên lập mưu, dùng kế ghép Tôn-Tẫn vào tội tư thương với Tề, buộc vào tội phản loạn mà chặt chân của Tôn-Tẫn. Tôn-Tẫn biết được mưu của Quyên nên giả điên, sau được môn đệ của Mặc-Tử là Cầm-Hoạt cứu ra khỏi nước Ngụy, đến nước Tề, được Tề Tuyên-vương phong làm quân-sư. Khi Bàng-Quyên dẫn binh nước Ngụy đánh nước Hàn, vua Hàn Ái-Hầu sai sứ sang Tề cầu cứu. Vua Tề dùng Điền-ky làm tướng và Tôn-Tẫn làm quân-sư dẫn binh đánh vào nước Ngụy. Bàng-Quyên được tin Tề đem binh đánh Ngụy, liền dẫn binh từ nước Hàn trở về nước Ngụy, trên đường bị Tôn-Tẫn dùng kế vây khốn ở Mã-Lăng và bị hàng ngàn mũi tên bắn chết, ứng với lời đã thề với Tôn-Tẫn trong lúc hạ san.

☼ ☼ ☼

❈ **Vô hành ư thê tử, Thất lễ ư cựu cô.**

[**Thích nghĩa**]

Người chồng không làm tròn bổn phận đối với vợ con, Bổn phận làm dâu không tôn kính cha mẹ chồng.

Chú: 1) *Chồng phải lấy lễ đối xử với vợ, không thể xem vợ như người hầu hay nô tì. Cha phải có lòng nhân-từ thương con, lấy lẽ phải để dạy con. Chồng ngay vợ hiền, cha từ con hiếu, gia đạo như thế mới thịnh.*

2) **Cậu cô** *là cha mẹ chồng. Xuất giá tòng phu là một trong đạo tam-tòng của người phụ nữ. Một khi đã rời khỏi cha mẹ về nhà chồng thì gia đình của người chồng là gia đình của mình. Cha mẹ chồng cũng là cha mẹ mình, đã kính chồng thì phải kính cả cha mẹ chồng. Khi còn ở nhà với cha mẹ, nếu có chỗ sai lầm không đúng, cha mẹ còn có thể dung thứ, ở với cha mẹ chồng mà không kính, chẳng những là một tội lỗi, cũng là một điều sỉ nhục cho cha mẹ thân sinh. Vì người đời vẫn cho rằng ở nhà cha mẹ không dạy dỗ nên về nhà chồng không biết hiếu nghĩa.*

📖 Từ-Trung người huyện Vân-An, có người vợ đẹp là Nhan thị nhưng không hiếu thảo với mẹ chồng. Trung đi buôn ở ngoài, mỗi lần về nhà Nhan thị đều kể rằng bị người mẹ nói xấu và ngược đãi. Trung nghe vợ nói nhiều đã nhàm tai và giận người vợ bất hiếu này. Một hôm vợ lại phàn nàn rằng bị người mẹ nói xấu. Từ-Trung giận, đến nhà bếp cầm một cây dao đến nói với vợ:

- Anh không có phương pháp gì làm cho mẹ không ngược đãi với em, chỉ có cách là giết mẹ đi như thế em sẽ không còn bị mẹ rầy nữa, em nghĩ sao?

Người vợ vui mừng nói:

- Em sẽ giúp anh.

Từ-Trung lại nói:

- Trước khi giết mẹ anh muốn em phải hết lòng phụng sự cho mẹ một tháng để người hàng xóm biết rằng em là một người hiếu thảo với mẹ chồng, sau này anh giết mẹ rồi người ta sẽ nói là em là người không đúng, và em cũng không mang tiếng, em bằng lòng chứ?

Nhan-thị nghe lời chồng, sớm chiều điều cung kính hỏi thăm mẹ chồng, tự lo liệu mọi việc trong nhà, mẹ sai gì làm nấy, lại mua thức ăn tốt cho người mẹ...

Thời gian một tháng trôi qua, chàng Từ-Trung hỏi vợ rằng:

- Lúc này mẹ đối xử với em có khá hơn lúc trước không?

Vợ đáp:

- Mẹ đối xử với em rất tốt, anh thấy lúc này em rất vui vẻ, đâu có kể lỗi của mẹ đâu.

Từ-Trung nói:

- Như thế thì tốt lắm, em hãy hiếu thảo với mẹ thêm một tháng nữa, nếu tháng sau em vẫn làm cho mẹ không có sự phàn nàn về em thì anh sẽ ra tay.

Một tháng sau, Từ-Trung cầm cây dao đến trước mặt vợ hỏi:

- Tháng này mẹ có đối tốt với em hơn tháng trước không?

Vợ đáp:

- Từ ngày em làm theo lời anh, thấy mẹ đối xử với em rất tốt, tính em cũng không còn bực tức nữa, anh hãy bỏ ý định giết mẹ đi.

Nghe vợ nói xong, Từ-Trung giận, nắm lấy áo của người vợ nói:

- Em có khi nào nghe đến con giết mẹ không?

Vợ đáp: - không

Từ-Trung lại hỏi:

- Có khi nào nghe tin chồng giết vợ chưa?

Vợ đáp: - có

Từ-Trung đáp:

- Ơn của cha mẹ cao như núi, sâu như biển, giết mình lóc thịt của ta vẫn không thể báo đáp được ơn cù lao đó. Ta lấy ngươi là mong ngươi giúp đỡ, phụng dưỡng cha mẹ ta trong lúc tuổi già. Ngươi là phận làm dâu mà không hiếu thảo với mẹ ta, lại nói xấu mẹ ta, để ta mang tiếng ngỗ nghịch, bất hiếu. Ý ta muốn giết ngươi từ lâu, hai tháng nay là để ngươi biết chỉ cần hết lòng thờ mẹ ta thì mọi điều phàn nàn đều không có. Mẹ ta đối với ngươi lúc nào cũng thế, hai tháng trước cũng thế, hai tháng sau cũng vậy, đủ thấy là lỗi tại ngươi. Nay thấy ngươi biết hối cải, ta cũng chẳng giết ngươi làm chi nhưng phải đi theo ta đến quan phủ để làm giấy tờ ly dị, ngươi không xứng đáng làm vợ của ta nữa.

Người vợ khóc lóc quỳ xuống:

- Em đã biết lỗi, em vang xin anh chớ nên đuổi em, từ nay trở đi em nguyện sẽ hầu hạ và hiếu thảo với mẹ đến suốt đời.

Người mẹ của Từ-Trung thấy con dâu lúc này hiếu thảo hơn lúc trước, cũng khuyên con không nên đuổi vợ. Từ-Trung nghe lời mẹ. Từ đó mẹ chồng nàng dâu sống hòa mục lẫn nhau.

Những người hay nghe lời vợ làm Phật ý cha mẹ, so với Từ-Trung, chẳng hổ thẹn lắm sau!

☼ ☼ ☼

❀ **Khinh mạn tiên-linh, Vi nghịch thượng mệnh, Tác vi vô ích, Hoài hiệp ngoại tâm.**

[Thích nghĩa]

Không có lòng thành thờ cúng tổ-tiên, Vi phạm, hay làm trái lệnh của thượng-cấp, ăn không ngồi rồi, chơi bời liêu lổng, hãy làm những điều vô ích, Lòng dạ đa tâm bất chuyên.

Chú: *Tiên-linh là anh linh của tổ-tiên. Có tổ-tiên mới có ta, uống nước phải nhớ nguồn, tuy người trước đã không còn nhưng anh linh vẫn tồn tại, nên trong ngày giỗ hay nhàng ngày lễ, tết... bổn phận làm con cháu phải có lòng thành thờ* kính tổ-tiên. Đức Khổng-Tử nói: "Sự tử như sự sinh". Thờ phụng linh hồn của người quá cố như thời lúc còn sống, đó là đạo hiếu. Đã là người đều tránh không khỏi cái chết, một khi thân nhân từ giã cõi đời, bổn phận làm con cháu phải tìm một chỗ tốt để an táng, quan quách cũng không thể sơ sài, để người quá cố được yên lòng dưới suối vàng. Nếu vì tranh giành tài sản, hay vì mê tín tin vào phong thủy mà bỏ hoang quan quách, thì là một sự khinh mạn đối với người quá cố.

📖 *Vào niên hiệu Đại-Quan đời Tống có một thái học sinh La-Củng, cha mẹ đều bất hạnh liên tục qua đời. Hai anh em thối thác trách nhiệm lẫn nhau. La-Củng cho rằng việc chôn cất cha mẹ là bổn phận của người anh cả, còn người anh lại cho là cha mẹ là của chung, người em cũng có phần nên linh cửa của song thân quàng tại nhà đã ba năm mà vẫn chưa chôn cất. Về sau La-Củng lên kinh ứng thí, Nơi kinh thành có miếu Quan-Đế rất linh, sĩ-tử trước khi dự thi thường hay đến miếu này cúng vái xin xăm. La-Củng cũng đến miếu Quan-Đế cầu cúng. Trong tối hôm đó, Củng mơ thấy Đức Quan-Thánh Đế-Quân đến, chỉ vào cặp quan tài mà trách:*

- Đức Khổng-Tử nói về đạo hiếu là chết phải dùng lễ để mai táng, dùng lễ để tế. Nay cha mẹ ngươi chết đã lâu mà vẫn chưa chôn cất, đó là một điều đại bất hiếu, Minh-Ty đã ghi lục tội ác của ngươi, khó tránh cho khỏi, cầu cúng vô ích, hãy tìm đường về nhà đi. La-Củng không phục đáp rằng:

- Tôi còn một người anh, trách nhiệm của anh cả lớn sao Minh-Ty toàn ghi tôi của tôi, chẳng lẽ anh tôi không có lỗi hay sao?

Đức Quan-Thánh giận:

- Anh ngươi cũng có tội, nhưng anh ngươi là người không có học, còn ngươi là người đọc sách Thánh Hiền, phải hiểu lễ nghĩa, biết mà không làm, tội nặng gấp đôi.

La-Củng tỉnh dậy, mồ hôi đẫm ướt đầy mình, lòng rất lo sợ, bèn đáp thuyền về nhà. Trên đường về, thuyền gặp sóng gió bị đắm, La-Củng cũng chịu chung số phận với chiếc thuyền, chết chìm giữa lòng sông.

2) Bề dưới đối với bề trên, như con cái đối với cha mẹ, em đối với anh, học trò đối với thầy, thuộc hạ đối với thượng cấp... đều phải có lòng phục tùng. Trong trường hợp bậc trên có chỗ sai, thuận theo sự trái thì không đúng nhưng can

gián sự trái là một lẽ phải, nếu không can gián, để bậc trên mang tiếng bất nghĩa, hay là xem bậc trên như người thù, đều đi nghịch với lý.

3) Đức thái-Thượng nói: *"Người quân-tử phải lập Đức trước, kế là lập Ngôn và sau cùng là lập Công". Đó là tam bất-hủ của người quân-tử để lại cho đời. Còn như dùng tinh thần và sức lực để làm điều vô ích thì là một sự hoang phí. Những người viết sách báo khiêu dâm, sáng tác nhạc ủy mị, chẳng những không có ích cho đời, mà còn di hại cho thế hệ sau. Thị-Nại-Am là người có học vấn uyên bác, vì không hợp với quan lại đương thời nên viết truyện Thủy-Hử, trong đó mô tả cảnh dâm dật của Phan Kim-Liên và Tây Môn-Khánh, con cháu ba đời đều bị câm. Vương-Nguyên-Mỹ, tác giả của cuốn Kim-Bình-Mai, lấy hai nhân vật trong truyện Thủy-Hử là Phan Kim-Liên và Tây Môn-Khánh để viết truyện dâm mà bị mù. Có tài mà dùng vào chỗ không đúng, tội thay!*

4) **Hoài** *là ẩn tàng không để lộ,* **hiệp** *là ôm ấp trong lòng không người hay,* **ngoại tâm** *là lòng khác (hai lòng). Bạn bè mà hoài hiệp ngoại tâm thì tình bạn không bền, vợ chồng ăn ở với nhau mà hai lòng thì tình nghĩa không lâu.*

✿ ✿ ✿

❀ **Tự chú chú tha, Thiên tăng thiên ái.**

[Thích nghĩa]

Hay lấy mình thề thốt và nguyền rủa kẻ khác, Tính hay thiên vị, yêu ghét không đúng lý, không hợp tình.

Chú: *1) Yên-Điền có người vợ thường hay tư thông với người, một hôm người vợ lấy trộm khăn của người hàng xóm, người này giận vợ của Yên-Điền trộm của mình, nên đem chuyện ngoại tình của bà vợ kể cho Yên-Điền hay, mục đích là để Yên-Điền trừng phạt người vợ bất trinh này. Yên-Điền giận người hàng xóm nói xấu vợ mình bèn chỉ Trời thề rằng: Xin người đừng nói xấu vợ ta. Vợ ta ta hiểu, nếu vợ ta có tư thông với người khác và lấy trộm khăn của người thì Thiên-Lôi sẽ đánh ta, trái lại thì người sẽ bị Trời đánh.*

Không bao lâu, sét đánh vào nhà của Yên-Điền, hai vợ chồng đều bị sét đánh chết. Trong mình của Yên-Điền hiện ra bốn chữ "Ngu nhân bảo thê"[11], thân của người vợ có bốn chữ "Hành gian vi đạo"[12].

2) Yêu và ghét là chuyện thường tình của loài người, nhưng nếu vì lợi ích riêng tư hay lòng thiên vị mà yêu ghét không đúng, thì sẽ mang họa. Như người chồng có vợ bé mà ghét vợ cả, mẹ ghẻ chỉ thương con mình mà ghét con chồng... gia đình sẽ bất hòa và dễ sinh họa.

☼ ☼ ☼

❀ **Việt tịnh việt táo, kiêu thực kiêu nhân.**

[Thích nghĩa]

Chạy nhảy qua giếng và lò bếp, Nhảy qua thức ăn và đầu người.

Chú: *Nước và lửa là hai yếu tố cần thiết trong cuộc sống hàng ngày. Giếng có nước và Thần Giếng chủ sự, lò bếp có Thần Táo-Quân. Thức ăn như ngũ cốc rau quả đều do Trời đất sinh ra để nuôi người, khi nhảy qua thì trở thành nhơ uế. Trên thân của mỗi người đều có Thần hộ mạng. Chạy nhảy qua giếng, lò bếp, thức ăn và đầu người đều xúc phạm đến Trời đất, Thần-minh.*

☼ ☼ ☼

❀ **Tổn tử đọa thai, Hành đa ẩn tích.**

[Thích nghĩa]

Giết con phá thai, Hành động, việc làm thường ám muội bất chánh.

Chú: *1) Vì quan niệm trong nam khinh nữ chỉ nuôi trai mà giết gái hay vì sinh con có tật mà không nuôi hay vì gia đình nghèo khó không đủ sức nuôi... khi sinh*

---

[11] *Người ngu bên vực vợ*

[12] *Gian dâm trộm cắp*

ra hay còn trong bào thai mẹ thì giết đi. Ôi, hổ lang tuy hung dữ còn không ăn thịt con, lòng người lại nỡ đem cốt nhục của mình mà giết sao! Thời đại văn minh, nam nữ bình đẳng, lòng người chỉ muốn hưởng thụ mà không nghĩ đến bổn phận và trách nhiệm, nam nữ vượt vòng lễ giáo, biết bao nhiêu sinh mệnh chưa chào đời thì đã bị chết oan. Chẳng tội lắm sao. Mong sao nam nữ trong thiên hạ hãy giữ lễ nghĩa mà tránh tội lỗi.

2) **Ẩn** là lén lút, ám muội, quỷ quyệt không cho người hay, **tích** là kỳ dị bất chính. Những gì mà không dám cho người thấy, cho người hay, như âm mưu quỷ kế, trộm cướp hại người, gian trá tà dâm... đều là ẩn tích. Đó là hành động ám muội của kẻ tiểu-nhân, người quân-tử không làm.

● **Hối lạp ca vũ, Sóc đán hiệu nộ, Đối Bắc thế thóa cập nịch, Đối Táo ngâm vịnh cập khốc.**

[Thích nghĩa]

Múa hát vào những ngày cuối tháng và những ngày lạp, Giận hờn phát cáu vào ngày mồng một đầu tháng và mỗi lúc bình-minh, Quay mặt về phương Bắc để hỉ mũi, khạc nhổ, hay tiểu tiện, Ca hát và khóc lóc nơi nhà bếp.

Chú: *Hối* là ngày cuối tháng, *Lạp* chỉ ngũ-lạp. Mồng một tháng giêng là **Thiên lạp**, mồng năm tháng năm là **Địa lạp**, mồng bảy tháng bảy là **Đạo-đức lạp**, mồng 12 tháng 10 là **Dân-tuế lạp**, mồng 8 tháng 12 là **Vương-hầu lạp**. Những ngày lạp này, là ngày khảo hạch công quá của Thiên-thần. **Sóc** là ngày đầu tháng, **Đán** là lúc bình minh.

Ca múa là sự phóng đãng, dễ làm cho người trở nên phóng túng dâm dật, ngày thường còn nên tránh, huống chi trong những ngày hối, lạp có sóc đán!

2) Sao Bắc-Đẩu ở phía Bắc và các vì sao khác đều triều hướng về phía này. Hướng về phía Bắc chửi rủa, hay phóng uế đều phạm tội bất kính với Trời.

3) Nhà bếp có Thần Táo-Quân. Ca hát, cười, khóc nơi nhà bếp, đối với Thần Táo-Quân đều bất kính.

❀ **Hựu dĩ Táo hỏa thiêu hương, Uế sài tác thực, Dạ khởi lõa lộ, Bát-tiết hành hình.**

[Thích nghĩa]

Lấy lửa trong lò bếp để thắp nhang, Dùng củi ô uế để nấu ăn, Thức dậy trần truồng vào lúc tối, Thi hành hình phạt trong những ngày bát tiết.

<u>Chú:</u> *1) Sách đạo gọi lửa của lò bếp là Phục-Long thi (phân), không nên lấy lửa bếp thắp nhang, vì đối với Tiên Phật không kính.*

2) Củi lấy từ chỗ bất-tịnh, hay cây gậy đã từng đánh đập người và vật đều thuộc uế sài, không nên mang vào lò đốt.

3) Ban đêm dù có trăng hay không, đều có Thần Dạ-Du đi tuần, nên khi thức dậy ra ngoài, hay đi tiểu, đều không thể trần truồng.

4) Bát-tiết là Lập-xuân, Xuân-phân, Lập-hạ, Hạ-chí, Lập-thu, Thu-phân, Lập-đông và Đông-chí. Trong những ngày bát-tiết, cõi trên xét về việc thiện của loài người, nên người cầm quyền không nên thi hành hình phạt, và bậc phụ huynh không nên đánh đập con em trong những ngày này.

☼ ☼ ☼

❀ **Thóa lưu-tinh, Chỉ hồng-nghê, Triếp chỉ tam-quang, Cửu thị nhật nguyệt.**

[Thích nghĩa]

Khạc nhổ trước lưu-tinh, Lấy tay chỉ cầu-vồng, Thường dùng tay chỉ mặt trời, mặt trăng và các vì sao, Chăm trố nhìn mặt trời và mặt trăng.

<u>Chú:</u> *1) **Lưu-tinh** là những vì sao dời cung đổi vị.*

*2) **Hồng-nghê** là hai khí âm dương của Trời đất, Hồng thuộc dương, Nghê thuộc âm, Nghê hồng tương hợp mà thành cầu vồng, thường hay xuất hiện sau những cơn mưa vào lúc mùa xuân.*

*3) **Tam-quang** là Nhật, Nguyệt và Tinh. Chủ cung Nhật là Thái-Dương Tinh-Quân, Chủ cung Nguyệt là Thái-Âm Tinh-Quân, Tinh tú tuy nhiều nhưng đều do*

Nhị-Thập-Bát tú quân. Khạc nhổ, phóng uế, hay lấy tay chỉ Nhật, Nguyệt, Tinh-tú đều là bất kính. (Cũng như ta lấy tay chỉ trước mặt người, hay phóng uế trước mặt người vậy).

❁ ❁ ❁

✤ **Xuân nguyệt liệu lạp, Đối Bắc ác mạ, Vô cố sát quy đả xà.**

[Thích nghĩa]

Dùng lửa hay tên để săn bắt loài thú vào mùa Xuân, Mặt hướng về phía Bắc nguyền rủa chửi thề, vô cớ đánh rắn giết rùa.

Chú: 1) Mùa xuân là mùa sinh sôi nảy nở của loài cầm thú, chẳng những không nên săn bắn vào mùa này, ngay cả ngày thường cũng nên tránh. Nỡ lòng vì một thú vui của mình mà làm hại đến loài thú hay sao?

2) Phía Bắc có Thần, không nên hướng về phía này để khạc nhổ, phóng uế, hay chửi người.

3) Rùa và rắn là hai linh vật của Huyền-Võ Tinh-Quân, rắn vô cớ không cắn hại người, rùa lại không phải là loài vật có hại, nỡ lòng nào sát hại để mang tội

❁ ❁ ❁

✤ **Như thử đẳng tội, Tư-Mệnh tùy kỳ khinh trọng, Đoạt kỳ kỷ toán, Toán tận tắc tử, Tử hữu dư trái nãi ương cập tử tôn.**

[Thích nghĩa]

Tất cả những tội ác kể trên, Thần tư-Mệnh tùy theo tội nặng hay nhẹ mà giảm đi tuổi thọ (nhẹ thì đoạt Toán, lớn thì đoạt Kỷ), Một khi tuổi thọ bị giảm hết rồi thì chết, Nếu như đã chết rồi mà tội hãy còn, thì phần dư lại con cháu phải chịu thế.

Chú: Từ "phi nghĩa nhi động" đến "vô cố sát quy đã xà" đều là những điều mà Đức Thái-Thượng khuyên người nên tránh. Thiện ác hai ngã đều do tâm sinh, Thần Ti-Mệnh căn cứ vào tội phạm mà căn nhắt hình phạt, tội phạm tuy nhiều nhưng luật Trời lúc nào cũng công bằng, không khi nào sơ hở. Tội nặng trả không hết thì vợ con phải chịu thế, nếu vợ con trả không hết thì sẽ dời đến kiếp sau.

Nhà Phật nói: "Vạn ban đái bất tẩu, duy hữu nghiệp tùy thân". Đời người ngắn ngủi, lúc sống thì tác oai tác quái, nhà cửa trăm căn, vàng bạc chất đầy rương, nhưng một khi hơi thở đứt rồi, người thân như vợ con, vật quý như châu báu đều không thể mang theo, chỉ có nghiệp tùy thân, theo ta từ kiếp này sang kiếp khác. Người thấu hiểu lẽ Trời, rõ luật nhân quả, không khi nào phụ người và đi ngược với đạo Trời.

☼ ☼ ☼

● **Hựu chư hoành thủ nhân tài giả, nãi kế kỳ thê tử gia khẩu dĩ đương chi, tiệm chi tử táng.**

[Thích nghĩa]

Còn như dùng thế lực để áp bức, hay dùng kế đoạt ngang tài sản của người, thì vợ con trong gia đình phải gánh chịu, mãi cho đến chết mới thôi.

Chú: Tiền bạc là vật ngoài thân, lúc sinh ra không mang đến, khi chết đi rồi cũng chẳng mang theo được. Người thân không ai bằng vợ con, lấy sinh mệnh của vợ con đổi lấy của phi nghĩa, chẳng dại lắm sao!

📖 *Hình-Trù là một vị quan đời Hán, được vua sai sứ sang nước Cao-Ly. Khi mãn nhiệm trở về nước, đến vùng Thần-Sơn gặp vài chục thương gia đang chuyển hàng lên tàu. Hình-Trù nổi lòng tham, sai lính giả trang thành kẻ cướp, đoạt hết hàng hóa và giết hết đoàn người buôn bán trong một đêm. Về sau đứa con của Hình-Trù là Hình-Dịch theo Vương-Kỳ mưu phản, cả gia tộc đều bị chu di.*

☼ ☼ ☼

● **Nhược bất tử táng, tắc hữu thủy hỏa đạo tặc, di vong khí vật, tật bệnh khẩu thiệt chư sự, dĩ đương vong thủ chi trực.**

[Thích nghĩa]

Nếu như không chết cũng gặp nạn thủy hỏa, trộm cắp, mất của hao tài, bệnh tật, hay chuyện thị phi, để đền bù lại tài vật đã lấy của người.

Chú: Tuổi thọ của người không đầy trăm, lại gây lỗi phạm tội mà tự giảm phúc tổn thọ. Trên đời biết bao nhiêu người lúc đầu phú quý, về sau thì bần tiện; Biết bao nhiêu người đã từng vang danh một thời, nửa đời sau nằm liệt trên giường bệnh mà không người hỏi han, con cháu bần-cùng liêu-đảo. Đó chẳng phải là luật nhân quả hay sao. Phúc đức ví như đèn dầu, nếu chỉ thắp mà không chế thêm, một khi dầu cạn thì sẽ tắt. Muốn được phú quý thì phải tích đức, muốn tích đức, bước đầu là phải tránh việc ác và làm việc thiện. Giàu sang ai cũng muốn, nhưng không phải ai cũng có được, chỉ những người có đức mới giữ được mà thôi. Nếu làm giàu theo con đường phi nghĩa thì nạn thủy hỏa đạo tặc, bệnh tặc sẽ đến viếng, hay là bị con cháu làm cho tán gia bại sản. Luật Trời lúc nào cũng phân minh.

● **Hựu uổng sát nhân giả, thị dịch đao binh nhi tương sát dã.**

[Thích nghĩa]

Nếu như giết người chết oan, thì gặp nạn đao binh, tương sát lẫn nhau mà chết.

*Chú: **Uổng sát** là không cố ý, tức là sơ ý giết người. Như người hành nghề y dược chẩn bệnh không đúng, bốc lầm thuốc làm cho bệnh nhân bị chết, người hành nghề địa-lý vì học nghề chưa tinh, đào mả dời huyệt không đúng cách, làm cho gia đình thân chủ có người bị chết, hay quan tòa không cẩn thận kết án sai lầm làm cho người mắc tội chết oan... đều thuộc uổng sát. Phương pháp tuy khác nhau, nhưng đều hại người chết oan. Đã hại chết người thì hình họa sẽ theo sau. Những người chết vì lạc đạn, hay vô cớ bị người chém giết, kiếp trước là người đã tuần hại người chết oan.*

📖 *Thời Lương Võ-Đế có vị tăng Khạp-Đầu-Sư, tinh thông tam-tạng, giới luật tinh nghiêm. Võ-Đế mộ danh, một hôm sai sứ giả đi triệu về kinh thuyết pháp.*

Khi Sư đến, Võ-Đế đang đánh cờ với một vị đại thần, đương gặp cờ của đối phương ở trong thế bí, Võ-Đế nổi hứng lớn tiếng la lên: "Ta giết ngươi đây". Sứ giả hiểu lầm, cho rằng Võ-Đế ra lệnh giết Khạp-Đầu-Sư, nên dắt sư ra pháp trường xử trảm.

Khi Võ-Đế đánh xong bàn cờ, cho triệu Khạp-Đầu-Sư vào thì sứ giả tâu rằng: "Đã phụng mệnh của Bệ-hạ chém đầu của sư rồi". Lương Võ-Đế than khóc: "Trẫm đã hại sư rồi, Trẫm đã hại sư rồi". Khóc xong, Võ-Đế lại hỏi: "trước khi chết, sư có nó lời gì chăng?"

Sứ giả đáp: "Sư có nói: Bần-tăng vô tội, chỉ vì ba kiếp trước, khi còn là sa-di, vì sơ ý cuốc chết một con giun, con giun này là tiền thân ba kiếp của bệ-hạ, nên kiếp này bị bệ-hạ giết".

Vô ý giết một con giun mà còn gặp quả báo như thế, huống chi giết lầm người. Những người cầm cán cân pháp luật (luật sư, thẩm phán, quan tòa...) phải chăng nên thận trọng trong việc xét án?

❀ **Thủ phi nghĩa chi tài, thí như lậu-bô cứu cơ, chẩm-tửu chỉ khát, phi bất tạm bão, tử diệt cập chi.**

[Thích nghĩa]

Lấy của phi nghĩa làm giàu, như ăn phải thịt tẩm thuốc độc để cầu no, uống rượu độc để chỉ khát, chẳng những không được no trong một lúc, mà lại còn nguy đến tính mạng nữa.

<u>Chú</u>: **Lậu-bô** là thịt có tẩm thuốc độc, **Chẩm-tửu** là loại rượu cực độc. Ăn lậu-bô để cứu đói, nhưng đói chưa hết thì người trúng độc mà chết. Uống chẩm-tửu để chỉ khát, khát chưa hết thì mạng đã ô hô. Của phi nghĩa cũng thế, chỉ là của tạm thời, một khi họa đến thì của cũng mất và ác báo cũng theo sau, hay là của chưa được hưởng thì mệnh đã mất. Siêng năng cần kiệm là một phương pháp làm giàu, nếu như mạnh được yếu thua, thì kẻ xảo trá lúc nào cũng phú quý và người thật thà lúc nào cũng bần tiện, kẻ ác luôn luôn hơn người hiền. Người muốn như vậy nhưng Trời không cho, vì cán cân thiên-lý lúc nào cũng cân bằng.

❋ **Phù tâm khởi ư thiện, thiện tuy vị vi, nhi Cát-Thần dĩ tùy chi, Hoặc tâm khởi ư ác, ác tuy vị vi, nhi Hung-Thần dĩ tùy chi.**

[Thích nghĩa]

Nếu trong tâm có lòng hành thiện, dù việc thiện chưa làm, nhưng Cát-Thần đã theo sau, Còn như trong tâm nuôi lòng ác, dù việc ác chưa làm, nhưng Hung-Thần đã theo sau.

Chú: *Cát-Thần là Thần gieo phúc đức, Hung-Thần là Thần giáng tai họa. Kinh Phật viết: "Vạn pháp đều do tâm sinh, vạn pháp đều do tâm diệt". Tâm là căn nguyên của tội ác và cũng là nguồn cội của phúc đức. Tâm nảy một ý niệm tốt thì lòng sáng vằng vặc như trăng thu và Cát-Thần theo sau để hộ trì. Tâm sinh ác niệm thì lòng tối như đêm không sao và Hung-Thần theo sau làm hại.*

📖 *Đời Tống có An thiền-sư trụ trì chùa Thành-Thái, một hôm trong lúc thiền định thấy hai vị sư trong chùa tựa vào lan can nói chuyện với nhau. Lúc đầu có Thiên-Thần đến ủng hộ nghe pháp, nhưng chỉ trong chốc lát thì đi mất, một lúc sau thấy có ác quỷ đến chửi mắng hai người. Thiền-sư cảm thấy kỳ lạ, bèn triệu hai vị sư tới hỏi nguyên do. Hai vị sư đáp: Lúc đầu hai người bàn về Phật pháp, sau lại nói về tiền bạc.*

Lời nói của người tu hành cẩn thận như vậy mà còn có chỗ sơ hở, huống chi người thường, há không cẩn thận sao!

📖 *Nguyễn Từ-Thức giận người bạn họ Mâu vong ân bội nghĩa, canh năm cầm dao đến nhà để giết Mâu. Khi đi ngang một am, am chủ là Ông Hiên-Viên đương lúc tụng kinh, bỗng thấy có khoảng hai ba trăm quỷ hình thù quái lạ, mặt mày dữ tợn vác búa cầm dao đi theo Từ-Thức. Am chủ cảm thấy chột dạ, muốn đứng dậy đi theo để xem xét tình hình, nhưng chỉ vài phút giây thấy Từ-Thức quay đầu trở về, lũ ác quỷ cũng biến mất, theo sau Từ-Thức là một lớp người áo mũ cân đai, tay cầm cờ xí và hoa lạ đi theo Từ-Thức với bộ mặt hoan hỉ. Hòa-thượng đem việc thấy được kể cho Từ-Thức hay. Từ-Thức nói:*

- Lúc đầu ta hận Mâu đến tận xương tủy, càng nghĩ càng giận hắn là người vong ơn phản bội, nên cầm dao đến nhà để giết hắn. Khi vừa đến cửa thấy vợ con của Mâu cùng với người mẹ già, lòng dạ tự nhiên se lại, nghĩ rằng tuy Mâu có phụ ta, nhưng mẹ già cùng với vợ con của Mâu đâu có tội gì, nếu ta giết Mâu

thì cả gia đình Mâu sẽ chịu khổ, cơn giận vì thế mà lắng dịu, nên quay đầu trở lại và bỏ ý định giết người.

Hòa-Thượng nói với Từ-Thức:

- Bần-tăng chúc mừng cho các-hạ, hiểu việc nghĩa mà bỏ oán thù, trên có Thần-Minh giám sát, phúc của các-hạ sau nay sẽ không nhỏ.

Đúng với lời hòa-thượng đã nói, con cháu của Từ-Thức về sau đều hiển đạt.

● **Kỳ hữu tăng hành ác sự, hậu tự cải hối, chư ác mạc tác, chúng thiện phụng hành, cửu cửu tất hộ cát khánh, sở vi chuyển họa vi phúc dã.**

[Thích nghĩa]

Nếu như trong quá khứ đã từng làm chuyện ác, sau biết hối cải, bỏ việc ác không làm, một lòng hành thiện, không bao lâu những điều may mắn tự nhiên sẽ đến. Đó là chuyển họa thành phúc.

Chú: *Trên đời, người làm việc ác nhiều hơn là làm việc thiện là bởi vì thị phi không rõ, lý lẽ bất minh. Một người tuy đã từng hành ác, nếu biết hối cải mà hành thiện, tức là người hiền. Cho nên Đức Thái-Thượng vạch ra một con đường cho những người đã từng lầm đường lạc lối để trở về con đường chính, bằng cách ăn năn sám hối. Sám là đem việc làm lỗi bày ra cho người hay mà không dấu diếm, hối là hối cải, sửa đổi và sẽ không bao giờ tái phạm. Nếu chỉ sám mà không hối thì lỗi vẫn phạm và tội vẫn còn, khó rời bể ác mà cặp bến thiện.*

📖 *A-Na-Luật là một trong mười đại đệ-tử của Đức Phật Thích-Ca. Tiền kiếp của người A-Na-Luật là một tên cướp, một đêm đi vào chùa để trộm đồ, gặp lúc một ngọn đèn dầu sắp tắt, bèn rút tên ra để khêu bắc đèn. Khi vừa khêu xong, ngọn đèn tỏa ra hào quang chiếu khắp bốn phương. Ngài hoảng sợ, hai chân như mọc cánh chạy ra khỏi chùa. Từ đó ăn năn sám-hối bỏ nghề trộm cướp mà tu hành.*

✪ **Cố cát-nhân ngữ thiện, thị thiện, hành thiện. Nhất nhất hữu tam thiện, tam niên Thiên tất giáng chi phúc. Hung-nhân ngữ ác, thị ác, hành ác. Nhất nhật hữu tam ác, tam niên Thiên tất giáng chi họa. Hồ bất miễn nhi hành chi!**

[Thích nghĩa]

Cho nên lời nói của Thiện-nhân đều tốt, mắt nhìn mọi việc đều tốt, hành động và việc làm đều tốt. Một ngày làm ba điều thiện, ba năm sau Trời sẽ giáng phúc cho. Trái lại, đối với người ác, ngôn, thị và hành đều ác cả. Một ngày làm ba điều ác, ba năm sau Trời sẽ giáng họa. Lưới Trời lồng lộng, luật nhân-quả phân minh, há không cẩn thận, làm lành tránh ác sao!

Chú: Phúc họa hai đường không ngoài một tâm. Ngạn ngữ có câu: *"Thiện là chí-bảo, suốt đời tiêu dùng không hết. Tâm là thửa ruộng, trăm năm canh tác có dư"*. Người tu thiện như gieo hạt giống tốt xuống mảnh vườn, đem công ra để vun xới bồi đắp, đến mùa gặt thì không lo sợ đến nạn đói kém. Người không tu như thửa ruộng bị bỏ hoang, cỏ dại sẽ mọc đầy vườn, Thiện cũng như hoa màu, phải lấy công trồng mới có gặt hái, ác thì như cỏ dại, không cần gieo giống mà cũng mọc khắp nơi. Cho nên người quân-tử thận trọng về lời nói cũng như hành động và việc làm, không để cho một ý niệm xấu nào mọc lên thửa ruộng lòng của mình.

Hành thiện có nhiều phương pháp, đứng đầu là bố thí. Bố thí là ban ơn giúp người, có thể bằng tài vật (tài-thí), có thể bằng lời nói (pháp-thí), cũng có thể bằng tin thần (vô úy-thí). Có tiền mới thí của được, nên tài-thí có hạn, còn pháp-thí thì vô hạn, lời nói xuất phát từ miệng mà không mất tiền mua, nên mọi người có thể làm được. **Ngôn** là lời nói, hành pháp-thí. Một nụ cười hiền hòa, như ngọn gió xuân, có thể làm mát lòng một người đang giận, một lời an ủi quan tâm cũng có thể giải đi một nỗi sầu man mác trong lòng người. Giảng đạo thuyết pháp giúp người mở huệ, thoát vòng luân-hồi thì công đức vô lượng. **Thị** là nhìn, xem, xem mọi người cùng thể như mình. Thấy người nghèo đói khổ cực mà động lòng trắc ẩn, đó là lòng nhân-từ. Phật xem loài vật như là cha mẹ và thân quyền của ta trong những kiếp trước nên không sát sanh, thấy chúng ta đều có Phật-tính, đều có thể thành Phật nên phát tâm hóa độ. Đó là lòng từ-bi. **Hành** là việc làm, làm việc nhân nghĩa tức là hành thiện. Đạo-đức không có ngày nghĩ, một ngày làm ba điều thiện, một năm thì đủ một nghìn, ba năm thì ba nghìn. Lấy việc thiện *làm bạn thì họa sẽ không đến, không có họa tức là được phúc. Ngược lại, lấy ác làm bạn thì tự chuốc lấy họa vậy. Kinh Dịch viết: "Thiện bất tích bất túc dĩ thành danh, ác bất tích bất túc dĩ diệt thân". Muốn nên danh thì phải tích đức, muốn tránh họa thì phải bỏ ác mà không làm. Lời nói của Thánh-nhân là khuôn vàng thước ngọc vạn đời không sai, há không gắng mà theo hay sao!*

Cảm-Ứng-Thiên

Hiệu-Nghiệm Lục

✥ Uông Tinh-Hư, người Tiền-Đường, thường trì tụng Cảm-Ứng-Thiên và có lòng phát tâm ấn tống, nhưng tâm-nguyện chưa được toại thì đã qua đời. Người con là Uông-Nguyên, tuổi tuy còn nhỏ, nhưng chịu ảnh hưởng của thân-phụ, sớm chiều đều đọc kinh, khi cha mất, bèn bán đi một phần gia sản của người cha, đồng thời khuyên những nhà hảo-tâm quyên tiền cùng nhau ấn tống một vạn quyển Cảm-Ứng-Thiên.

Một hôm Uông-Nguyên nằm mơ thấy người cha đến nói:

- Con chẳng những nối chí của cha, lại còn khuyên người phát tâm cùng nhau ấn tống Cảm-Ứng-Thiên, nay cha đã được thăng lên Thiên-Đàng, mẹ con cũng tăng thêm tuổi thọ. Còn con và những người phát tâm ấn tống, đều được ghi công vào sổ tịch nơi Thiên-Tào.

Về sau, quả đúng như lời của người cha nói trong mộng, thân-mẫu của Uông-Nguyên sống đến 90 tuổi mới qua đời. Uông-Nguyên và những người quyên tiền in kinh đều được phú quý.

✥ Ở Tùng-Giang có người Trương-Đức-Bổ, hàng ngày đều tụng niệm Cảm-Ứng-Thiên. Đến tuổi già, tự tay chép lấy hai quyển chia cho hai người con mỗi người một quyển và dặn rằng:

- Đây là gia tài cuả cha chia cho hai con, đạo làm người và làm giàu đều ở trong cuốn Cảm-Ứng-Thiên này. Mong hai con hãy giữ lấy và làm theo lời trong kinh dạy.

Hai người con hỏi:

- Sách của Thánh Hiền đâu có dạy người phương pháp làm giàu đâu?

Trương-Đức-Bổ đáp:

- Trong kinh viết: "Toán giảm tắc bần hao" là chỉ về sự bần-cùng, và "Phước lộc tùy chi" chỉ vì phú quý của người. Đó chẳng phải là dạy người cách buôn bán hay sao?

Hai người con nghe lời dặn của cha, hành trì theo lời dạy trong Cảm-Ứng-Thiên. Về sau hai anh em lập gia thất, con cái đều hiển đạt.

✤ Dương-Thủ-Nghiệp, người Hà-Giang, tuổi 60 mà vẫn chưa con, thường lo âu không người nối dõi tông-đường. Tình cờ đọc Cảm-Ứng-Thiên, thấy câu "Họa phúc vô môn duy nhân tự triệu", bèn hành trì theo lời kinh, tu đức tích thiện và ra tiền ấn tống kinh.

Hai năm sau, Dương-Thủ-Nghiệp bị bệnh nặng chết. Khi người vợ đang chuẩn bị quan quách nhập liệm thì ông tỉnh dậy sống lại. Người vợ kinh-hãi định bỏ chạy. Ông lên tiếng nói với người vợ.

- Mình chớ nên sợ, ta chưa chết đâu.

Người vợ vừa mừng vừa ngạc nhiên, bèn hỏi nguyên do.

Ông nói:

- Khi ta theo quỷ vô-thường đến âm-ty, thấy một vị quan nói với quỷ vô thường rằng: "số của người này tuy đã mãn và không có con, nhưng vì tụng trì Cảm-Ứng-Thiên và phát tâm khắc in, nên được tặng thêm tuổi thọ và được con". Ta vì thế mà được hoàn dương trở lại.

Năm sau, vợ Dương-Thủ-Nghiệp quả nhiên sinh được một người con trai.

✤ Toại-Ninh có người Châu Hổ, ngày thường tụng kinh Cảm-Ứng và giảng kinh cho dân làng nghe. Một hôm bị chết, không bao lâu rồi sống lại, nói với vợ rằng: "ta đến một cung điện dưới âm-ty trông thấy nhiều quỷ, trong đó có một số người ở trong làng mình bị chết đói, ta rất sợ. Trong lúc này trên điện có người kêu tên của ta: "Ông cũng là người có tên trong cuốn sổ chết đói này, nhưng có công tụng trì và giảng giải kinh Cảm-Ứng, nhiều người nghe ông giảng kinh xong bỏ ác làm lành, đó là công đức của ông. Nay sửa lại sổ tịch của ông, cho ông tăng thêm tuổi thọ, khi hoàn dương rồi nhớ phổ biến kinh Cảm-Ứng. Nếu một làng tụng trì kinh này thì một làng tránh được tai kiếp, nếu mọi người đều hành trì thì cả nước được miễn nạn, chẳng những tránh được nạn thủy hỏa, trộm cướp, khổ ách bệnh hoạn, sau này con cháu cũng được hưởng phúc"

༄ Tiến-sĩ Thẩm-Cầu, vợ Hạng thị có mang bệnh nặng, ông phát tâm sao chép Cảm-Ứng-Thiên in thành quyển nhỏ để người có thể bỏ túi tiện bề tụng niệm. Kinh in xong vừa giao đến nhà thì Hạng thị lâm bồn, mẹ con đều bình yên.

༄ Hà-Duật người Tiền-Đường tỉnh Chiết-Giang, mỗi ngày tụng trì kinh Cảm-Ứng, người cha cũng không hay.

Người cha là Lan-Tinh một hôm nằm mơ thấy một người già nói với ông rằng: Con của ông phụng hành Cảm-Ứng-Thiên rất tinh tiến, khoa cử năm nay sẽ được đỗ đạt. Khi tỉnh dậy ông tìm đến phòng sách của người con, quả nhiên thấy quyển Cảm-Ứng-Thiên trên bàn học.

Năm đó Hà-Duật quả nhiên thi đậu, ứng với lời của người già trong mộng.

0

Tri mệnh và lập mệnh

Vương-Phụng-Nghi thiện-nhân nói: Mệnh có Túc-Mệnh, Âm-Mệnh và Thiên-Mệnh.

- <u>Túc-Mệnh</u>: Là sự bần-cùng, phú-quý, thọ yểu của kiếp này. Nếu như kiếp trước tích đức hành thiện, thì kiếp này sẽ được hưởng phúc. Đó là người có túc-mệnh tốt. Trái lại, người có túc-mệnh xấu thì phải chịu cảnh bần-cùng, long đong, hoặc là mang bệnh tật… đều là do nghiệp đã tạo từ kiếp trước, nên kiếp này phải chịu lấy. Đó là luật nhân-quả. Kinh Phật chép: "Muốn biết nhân của kiếp trước, thì xem quả chịu trong kiếp này; muốn biết quả của kiếp sau, thì hãy xem hành vi và việc làm của kiếp này".

- <u>Âm-Mệnh</u>: Là phần tập-tính xấu có từ hậu-thiên, như Tửu, Sắc, Tài, Khí, do sự tiêm nhiễm từ hoàn cảnh bên ngoài, đều thuộc phần âm-mệnh.

- <u>Thiên-Mệnh</u>: Là bản tính tiên-thiên do Trời phú. Sách Trung-Dung viết: "Thiên mệnh chi vị tính", Tính này chí-thiện vô ác, Thánh phàm như nhau, hàm chứa ngũ-đức là Nhân, Lễ, Nghĩa, Trí, Tính.

Túc mệnh tốt hay xấu là do nhân đã tạo từ kiếp trước. Anh chị em sinh đôi, nhưng số mệnh của hai người đều khác biệt nhau, luật nhân-quả có thể giải thích được sự khác biệt này.

Phần âm-mệnh là những tập tính xấu tiêm nhiễm từ hậu-thiên, có hại cho phần túc-mệnh và thiên-mệnh. Nếu như một người có được phần túc-mệnh tốt, nhưng hay cờ bạc rượu chè, cậy thế hiếp người... tự nhiên sẽ làm hại đến phần túc-mệnh mà giảm đi hồng-phúc và tuổi thọ của kiếp này, đồng thời cũng tạo nên nghiệp sẽ phải chịu trong kiếp sau. Trái lại, đối với người có túc-mệnh xấu, cũng không nên than van oán trách, mà phải nghĩ rằng mình không bằng người đều là do đã trồng nhân xấu, hãy an phận với số mạng của mình và phải tích đức hành thiện, sau này sẽ được Trời giáng phúc.

Thánh-nhân không có phần âm-mệnh, vô tâm với túc-mệnh, xem giàu nghèo, thọ yếu như là một giấc mộng không thực, nên an bần lạc đạo, tu tâm dưỡng tính để phát huy bản tính tiên-thiên là lương-tri lương-năng đến mức chí-thiện. Đức Khổng-Tử nói:

"Bất tri mệnh vô dĩ vi quân-tử". Bất tri mệnh, chạy theo đường dục vọng, thuộc kẻ phàm phu. Bỏ phần âm-mệnh, tu phần túc-mệnh, là đấng trượng-phu. Tri mệnh và biết lập mệnh là người quân-tử vậy.

www.ingramcontent.com/pod-product-compliance
Lightning Source LLC
Chambersburg PA
CBHW081402070526
44583CB00020B/2639